மஞ்சள் வீதிகள்

மஞ்சள் வீதிகள்

வி.கே. இராமகிருஷ்ணன்

Notion Press

Old No. 38, New No. 6
McNichols Road, Chetpet
Chennai - 600 031

First Published in 1989
Republished by Notion Press 2017

ISBN 978-1-946983-88-6

HC ISBN: 979-8-89519-061-6

சமர்ப்பணம்

படிப்போ கணக்கோ தெரியாதவர்
ஏமாற்றிய வரையும் தூற்றாதவர்
பண்பாடு எனக்குச் சொல்லித்தந்தவர்
என் தந்தை கந்தசாமி.
பாசவலையில் பாதுகாத்தவர்
என் தாய் செல்வநாயகி.

உங்களுக்கு
இந்நூல் சமர்ப்பணம்

பொருளடக்கம்

டாக்டர் ஔவை நடராசனின் வாழ்த்துரை *ix*

உவமைக் கவிஞர் சுரதாவின் முகவுரை *xi*

கவிஞர் பாபநாசம் குறள்பித்தன்.
காஞ்சிபுரத்தார் கவிதை நெய்திருக்கிறார் *xiii*

என்னுரை *xv*

தமிழே! தாயே! *xvii*

இயற்கை

நிலவுப் பெண்ணும் முகிலும் தாரகையும் 3

வானவில் 5

தாமரைக் குளம் 8

இயற்கைக் கோலம் 10

இயற்கையெழில் யாருக்கு? 12

தென்னங் கீற்று 14

மலைச்சாரல் மலர்கள் 16

வாழைக் குலை 19

காதல்

அதற்காக! 23

வானப் பறவைகள் 25

ஒரு கடிதம் 29

மௌனங்கள் 34

கல்யாணக் கனவுகள் 37

பெண்ணாசையே உன்னோடுதான்! 41
எங்கே இருக்கின்றாய் என் உயிரே! 47
வேறு யாரேனும்... 51
நீலவானம் 55
விழிபாடகன் 61
மைதீட்டுகிறாள் 62
வரச் சொல்லும் விழிகள் 63
கலைஞரும் கண்களும்! 64
எத்தனை விழிகள் 65
உதட்டுக் கனி 66
எழில் கன்னம் 67
என்னை நீ பிரிந்தாலும்... 68

பல்சுவை சமுதாயம்

சிவப்பேறட்டும் 75
கவிதையோ கவிதை 76
தீண்டாமை 78
ஏழாவது அறிவு 79
விஞ்ஞானமும் கலையும் 84
கன்றுக்குட்டி 86
சாரல் வீசுது 88
மணமகளாக 90
நாட்டிற்கு 92
மனித நேயம்... 95
சிற்றெரும்பிடம் கற்றுக்கொள்! 100
அடிமைகள்... 102
சோகத்தைப் பாடுகிறேன் 104
வெளிச்சப் புள்ளிகள் 109
மஞ்சள் வீதிகள்... 112

டாக்டர் ஔவை நடராசனின் வாழ்த்துரை

டாக்டர்
ஔவை நடராசன்

அரசு செயலாளர்,
தமிழ்வளர்ச்சி
பண்பாட்டுத்துறை,
தலைமைச் செயலகம்,
சென்னை – 600 009.

19-11-1989

கனவுகள் கண்விழிக்க வேண்டும்!

எண்ணங்களோடு இழைந்த சொற்கள் வரிசை அடுக்கில் அமரும் போதுதான் அழகிய கவிதை அமைகிறது.

கவிஞர் இராமகிருஷ்ணனின் நெஞ்சில் சுரந்த எண்ணங்களுக்கு கவிதை வடிவம் காட்டும் கலைப்படைப்பாக 'மஞ்சள் வீதிகள்' வடிவமைந்துள்ளன.

முதல் நிலையில் பிறந்த நூல் என்றாலும் எழுத்தில் பழுத்த முதுநிலை இங்கு மங்கும் இமை திறக்கின்றன.

மஞ்சள் வீதிகள் கவிதைகளில் சில சிவப்புச் சிந்தனையாகவும், சில பசுமையாகவும் பயிராகி இருப்பதைப் பாராட்டுகின்றேன்.

இயற்கையின் எழிலாரந்த சூழல் படைப்பாளன் உணர்வுகளில் பாட்டாகிறது

மகிழம்பூ காற்றடிக்கக் கொட்டின போல
மழைத்துளிகள் வழிநெடுகத்தூறிச் செல்லும்!

இயற்கைப் புனைவை இவ்வாறு பாடுகின்றார்.

கவிதைகளில் சில இடங்களில் இலக்கணம் குறைந்தும், உணர்ச்சிகள் நிறைந்தும் புதுவேடம் புனைந்துள்ளன.

இயற்கையை அளந்து சொல்லும் கற்பனை, சமுதாயத்தின் இருட்டை உடைக்கும் வெளிச்சம்-ஆழமான முடிவு.

அனைத்தையும் கொண்டு வெளிவரும் இந்நூல் இந்நாளுக்கு வேண்டு மென்றே கூறலாம்.

தன் எல்லையை இவர் அறிந்திருக்கிறார்.

எளிமையை வலிமையாக்கி இருக்கின்றார்.

'வாளுக்கு மைதீட்டு வாள்'

என்னும் ஈற்றடியிலிருந்து இவருக்கும் கவிதைக்கும் இருக்கும் நெருக்கம் நமக்குத் தெரிகிறது.

கவிஞரின் கனவுகள் கண்விழிக்க வேண்டுமென்று பரிவோடு பாராட்டுகிறேன்.

ஔவை. நடராசன்

உவமைக் கவிஞர் சுரதாவின் முகவுரை

உவமைக் கவிஞர் சென்னை-78,
சுரதா 19-11-89

நெஞ்சங்களில் நிலைபெறும்

ஒரு புத்தகம் எப்படி வெளிவர வேண்டுமோ, அல்லது எப்படி வெளிவந்தால் அந்தப் புத்தகத்திற்குப் பெருமை ஏற்படுமோ அந்தத் தகுதிநிலையை இந்தப் புத்தகம் பெற்றிருக்கிறது.

நான் எந்தப் புத்தகத்தையும் படிப்பதற்கு முன்பு அதன் தலைப்பை மிகவும் கூர்ந்து நோக்குவேன். தலைப்புகளிலேயே புதிய சிந்தனையை தரக்கூடியவர்களாக கவிஞர்கள் இருக்க வேண்டுமென்பது என்னுடைய ஆசை.

கவிஞர் வி.கே. இராமகிருஷ்ணன் தனது புத்தகத்திற்கு 'மஞ்சள் வீதிகள்' என்று புதுமையாக பெயரிட்டிருக்கிறார்.

தமிழ்த்தாயை வணங்கி, இயற்கையில் தொடங்கி பல்சுவை வரையில் கவிதைச் சுவையை வழங்கி இருக்கிறார் கவிஞர் வி.கே. இராமகிருஷ்ணன்.

மரபுக்கவிதையும், புதுக்கவிதையும் இந்த நூலில் கலப்புத்திருமணம் செய்து கொண்ட தம்பதிகள்போல் காட்சிதருகிறது.

காதலைப்பாடுகிற போதும் சரி, சோகத்தைப்பாடுகிற போதும் சரி அதன்தன் உணர்வை அந்தந்தக் கவிதைகளில் வெளிப்படுத்தியிருப்பது பெரிய வெற்றி.

மணமகளுக்கு எழுதியிருக்கும் கவிதைக்கடிதம் இந்தச் சமுதாயத்தின் இன்றைய நிலையை தெளிவாகக் காட்டுகிறது.

கவிஞர் வி.கே. இராமகிருஷ்ணனின் 'மஞ்சள் வீதிகள்' தமிழர்களின் நெஞ்சங்களிலெல்லாம் நிலைப்பெறும்.

அன்புடன்
சுரதா
56-அ, டாக்டர் இலக்குமணசாமி சாலை,
கலைஞர் கருணாநிதி நகர், சென்னை-78.

கவிஞர் பாபநாசம் குறள்பித்தன்.
காஞ்சிபுரத்தார் கவிதை நெய்திருக்கிறார்

மலரினில் எந்தப் பக்கம் மணம்? மதுவினில் எந்தப் பக்கம் போதை? மதியினில் எந்தப் பக்கம் ஒளி? இந்தக் கேள்விகளோடு நண்பர் வி.கே. இராமகிருஷ்ணனின் கவிதைகள் குறித்தும் சேர்த்துக் கொள்ள எனக்குத் தோன்றுகிறது.

இது இவரின் முதல்நூல் என்று எனக்குப் படவில்லை. காரணம், ஒரு பெண் பொட்டு இடும் போதும், புள்ளிவைத்துக் கோலம் போடும் போதும் எவ்வளவு கவனம் சேர்ப்பாளோ அந்தக் கவனத்தோடு இந்தக் காஞ்சிபுரத்தார் பட்டு இழை கொண்டு கவிதை நெய்திருக்கிறார்.

கவிதை என்றால் உயில் எழுதும் போது எப்படி வேண்டிய சொற்களை மட்டுமே பயன்படுத்துகிறோமோ, தந்தி கொடுக்கும் போது எப்படி வேண்டிய சொற்களை மட்டும் பயன்படுத்துகிறோமோ அப்படி எழுத்துக்களை பயன்படுத்த வேண்டும் என்று அடிக்கடி நான் நண்பர்களிடம் சொல்வது உண்டு.

அந்த சொற்கட்டு இந்த நண்பருக்கு வரப்பிரசாதமாக அமைந்திருப்பதைக் கண்டு பெருமைப்படுகிறேன்.

உலகிலேயே அழகிய கவிதை எது என்றால், நான் துணிந்து சொல்வேன், அது இயற்கைதான் என்று. அந்த இயற்கையில் இதயம் கலந்த இந்தக் கவிஞர், அதைப் பற்றியே அதிகம் தொட்டிருக்கிறார். அதில் தோய்ந்திருக்கிறார். வானம் முழுவதும் நிலவு இல்லை, இருந்தும் கண்டு மகிழ்கிறோம்.

கடல் முழவதும் அலைகள் இல்லை, இருந்தும் கண்டு மகிழ்கிறோம். அந்த மயக்கத்தை நண்பர் கவிஞர் வி.கே. இராமகிருஷ்ணனின் கவிதைகளில் கண்டேன்- களித்தேன். ஆதவனும், அழகு நிலவும் உலவுகின்ற வானத்தின் கீழ் உள்ள நாடுகள் அனைத்திலும் இவர் புகழ் பெற வேண்டும் என்று நெஞ்சார வாழ்த்துகின்றேன்.

தோழமையுடன்
பித்தன்
9-12-1989
148, பெரியார் பாதை,
சூளைமேடு, சென்னை-94.

என்னுரை

முதற் பதிப்பு

கல்லூரி நாட்களிலிருந்து நான் எழுதிய கவிதைகள் சிலவற்றைத் தொகுத்து இந்நூலில் வழங்கியுள்ளேன்.

நான் சுயம்பு கவிஞன் அல்ல, சொல் விளையாட்டும் எனக்குப் பழக்கமாகவில்லை. நான் நல்ல இரசிகன். நான் இரசித்தவைகளை, அனுபவித்தவைகளை அப்படியே எழுதியுள்ளேன்.

கவிதைகளைப் புத்தமாகக் கொண்டு வரும் எண்ணத்தை முதன்முதலில் ஏற்படுத்தியவர் கவிஞர் பாபநாசம் குறள்பித்தன் அவர்கள்தான். அணிந்துரையும் வழங்கியுள்ள அவர்களுக்கு இந்தச் சந்தர்ப்பத்தில் என் நெஞ்சார்ந்த நன்றியைத் தெரிவித்துக் கொள்ளுகிறேன்.

கவிதைகள் என்றாலே சிலர் படிக்கத் தவிர்த்துவிடுகிறார்கள். கவிதைகள் சுவையானவை, உணர்ச்சிபூர்வமானவை, வலிமையானவை, செறிவானவை, நெஞ்சக் கடலில் நங்கூரம் பாய்ச்சுபவை என்பன புரிந்து கொண்டவர்கள் தேடிப்படிப்பார்கள். அவ்வாறு படிக்கும் அளவிற்கு என் கவிதைகள் இருக்கும் என்று நம்புகிறேன்.

எத்தனையோ அலுவல்களுக்கிடையேயும் எனக்கு முகவுரை எழுதித்தந்த உவமைக் கவிஞர் சுரதா அவர்களுக்கும், வாழ்த்துரை வழங்கிய டாக்டர் ஔவை நடராசன் (அரசு செயலாளர், தமிழ்வளர்ச்சி பண்பாட்டுத்

துறை) அவர்களுக்கும் என் நன்றி கலந்த வணக்கங்களைத் தெரிவித்துக் கொள்ளுகின்றேன்.

இந்நூலுக்கு அழகிய ஓவியங்கள் வரைந்து உதவிய ஓவியர் கவிஞர் அமுதோன் அவர்களுக்கும, அழகிய முறையில் அச்சிட்ட திருவாளர்கள் ராயல் ஆர்ட் பிரிண்டர்ஸ் அவர்களுக்கும், இந்நூலை வெளியிட்டு எனக்கு கௌரவம் அளித்த முருகன் பதிப்பக உரிமையாளர் அவர்களுக்கும் என் நன்றியைத் தெரிவித்துக் கொள்ளுகிறேன்.

3 இரகுராம் தெரு, என்றென்றும் அன்புடன்
அரும்பாக்கம், வி.கே. இராமகிருஷ்ணன்
சென்னை - 600106 10-12-89

இரண்டாம் பதிப்பு

இந்நூல் எழுதப்பட்ட காலத்தைவிட இரண்டாம் பதிப்பு வெளியிடும் தற்காலமே இன்றைய தலைமுறைக்கு அவசியப்படும் என்றே உணறுகின்றேன். இப்போதும் இதை படிக்கும்போது என்னுள் புது இரத்தம் பாய்ந்து புத்துணர்வூட்டுகிறது. எந்தப் பொருளை எழுதும்போதும் இதற்குமேல் அழுத்தமாய் சொல்ல முடியாது என்று என்னும் அளவிற்கு எழுதியுள்ளேன்.

சாவி வார பத்திரிகையில் வெளிவந்த ‘அதற்காக’ கவிதையை மட்டும் சேர்த்திருக்கின்றேன்.

என் நெஞ்சமெல்லாம் பொங்கி இன்பதில் திளைக்க இன்று எழுதியதாய் உணரும் வண்ணம் இந்த இரண்டாம் பதிப்பை வெளியிடும் Notion Press பதிப்பகத்தாருக்கும் திரு ரான்னே மற்றும் இந்நூலுக்குப் பணியாற்றிய அனைவருக்கும் என் நெஞ்சார்ந்த நன்றியை தெரிவித்துக் கொள்ளுகிறேன்.

vkramki@hotmail.com என்றென்றும் அன்புடன்
vkramkii@gmail.com வி.கே. இராமகிருஷ்ணன்
22-03-17

தமிழே! தாயே!

பழமை மொழித்தாயே! பைங்கிளி குரலே!
பசுமை செழிப்போடு படர்ந்திடும் கொடியே!
இளமை கொஞ்சுகின்ற இனிய மயிலே!
எங்கும் மணக்கின்ற எழில்மிகு மலரே!
விழிமை ஒயில்காட்டும் வளமைச் செறிவே!
வண்ணம் தெளிக்கின்ற வற்றா ஊற்றே!
அழகைக் கொட்டுகின்ற அருவி மொழியே!
அன்பின் வித்தாகும் அருமை உயிரே!

இனிமை வழிகின்ற அமுதே! தேனே!
இதயம் தொடுகின்ற இசையே! குயிலே!
கனிகள் தருகின்ற சுவையே! கரும்பே!
கருத்தில் இனிக்கின்ற கவிதைக் கொத்தே!
இனியும் எப்போதும் எங்கள் வாழ்வில்
இணைந்து வருகின்ற இன்ப நிலவே!
தனித்துச் சிறப்புற்றுத் தழைக்கும் எங்கள்
தமிழே! கலைவளர்க்கும் தாயே! வாழ்க!

இயற்கை

நிலவுப் பெண்ணும் முகிலும் தாரகையும்

கார்த்திகைநாள் கொண்டாடும் கவின்நிலா மங்கை
கூட்டிய தீபங்கள் கூட்டமோ விண் மீன்!
வார்த்தநறும் நெய்விளக்கு வெளிவிடும் மூச்சு
வண்ணப் புகையோ ஓடும் மேகம்!
பார்த்துநின்று ஆயலோட்டிப் பாவை காக்கும்
பசுந்தினைக் கதிர்முனையாய்ப் பொலியும் விண்மீன்!
ஆர்த்தெழுந்த அழகுமகள் அமைதி போக்கி
அடர்கதிரில் பறவைகளாய் அமரும் மேகம்!

நீலவானில் நீந்திமகிழ் நிலவு மேனி
நீங்கி மெல்லப் பரவுகின்ற நறும்பொடி விண்மீன்!
கோலமெழில் முகிழ்த்துவரக் குளித்த மேனி
கோர்த்தநீரைத் துவட்டவரும் துகிலே மேகம்!
நீலவெளிக் காட்சியிலே நடக்கும் மங்கை
நீள் கூந்தற் காடேதான் நகரும் மேகம்!
கோலமெழில் நடையசைவால் கூந்தல் நீங்கிக்
கொட்டிவிட்ட முல்லைகள் கூட்டம் விண்மீன்!

சுயம்வரப்பெண் வெண்ணிலாச் சுற்றிப் பார்க்கும்
சுந்தரநல் இளவரசர்ச் சுற்றம் விண்மீன்!
தயவுதேடும் இளவரசர்த் திரண்டு வந்த
தேர்க்கூட்டம் எழுப்பிவிட்ட புழுதிமேகம்!
பயமுறுத்தும் எண்ணமுடன் பலவுரு மாறி
புலியுருவம் கொண்டுவந்து பாயும் மேகம்!
பயங்கொண்டு நடுநடுங்கிப் பதறி ஓடும்
பால்மேனி வியர்வையாய்ப் பொலியும் விண்மீன்!

தங்கத் தேர்வரும் சக்தி நிலா
தரிசிக்கும் கூட்டம் தலைகள் விண்மீன்!
பொங்கும் பரவச பக்தியில் ஏற்றிய
பத்திகள் நறும்புகை பரவும் மேகம்!
நங்கை நிலாதான் நடந்துப் பறிக்கும்
நிறைவான பருத்தி நெற்றியே விண்மீன்!
மங்கை எரிந்த மாய்ந்த காம்பும்
மலிந்த சருகுமே மலங்கும் மேகம்!

வானவில்

நீண்டவான் வெளிர்வண்ண நீலத் துணியில்
நெடும்மாலை நேரத்தில் நீள்கதிர் சூரியன்
வண்ணமுண்ட தூரிகையை வீசத் தூறல்
வரைந்துவிட்ட ஓவியமே வானவில் ஆகும்!
வண்ணமாலை நேரத்தில் வந்துச் சிதறி
வீசுகின்ற தூறல்கள் வாசம் கண்டு
வண்ணமயில் தோகையை விரித்து ஆட
வானதேவன் குடைவிரித்தான் வான வில்லாய்!

சொர்க்கபுரி வானத்தில் சோதி நடுவே
சொகுசாகப் பாடுகின்ற சங்கீத மோடு
ஊர்வசியும், ரம்பையும் உல்லாச மாக
உவந்தாடும் மேடையோ வானவில் காண்பாய்!
ஆர்த்தெழும் கடல்சூழும் உலகந் தன்னில்
அன்றாடம் உழைப்பாலே அயர்ந்த மக்கள்
சொர்க்கபுரி தேடிப்போய்ச் சுகத்தைக் காண
தொங்குகின்ற பாலமோதான் தோய்ந்த வானவில்!

பருவத்தின் பக்குவத்தில் பச்சிளம் கன்னி
படுத்துகின்ற முடிவில்லா பல்வகை யான
உருமாறும் நேரமொரு உணர்ச்சி போல
ஒளிவீசும் வானவில்நீ வருவாய்; மறைவாய்!
பருவப்பெண் புருவத்தில் பூசுவாள் வயலெட்
பளபளக்கும் செவ்வண்ணம் பாயும் உதட்டில்!
உருவத்தில் மொத்தமாக உன்பல வண்ணமே!
உடுத்துகின்ற ஆடையில் உற்ற பச்சை!

உருவத்தில் வில்லொன்று வண்ணம் பூசி
உட்கார நாண்கீழாய் வைத்தாற் போன்று
கருப்பான உச்சிமலைக் காட்டின் மீது
கவிழ்ந்திருக்கும் உன்னழகுக் காட்சி தன்னைப்
பருவத்துப் பெண்ணொருத்தி பற்பல வண்ணப்
பூவெல்லாம் கோர்த்துப் பொருத்த மாக
கருங்கூந்தற் கொண்டைக்கும் கணிச மாகச்
சூட்டுகின்ற அழகிற்குச் சொல்வேன் உவமை!

ஆதார தூரத்தில் அந்தி நேர
ஆழகான காட்சிகளை அள்ளிப் பருகி
ஏதேதோ சிந்தனைகள் எதிரேப் பார்த்தேன்!
ஏற்றமுடன் நெடியயிரு அசோக மரங்கள்
தோதாக எட்டிநிற்கத் தோன்றி நடுவேத்
துலங்குகின்ற வானவில்லின் காட்சி தன்னை
காதவெளி நட்டயிரு கொம்பின் நடுவே
காயவைத்த வண்ணவரிச் சேலை என்பேன்!

சின்னவொரு பெண்குழந்தை சிற்றில் கட்டிச்
சுற்றமுடன் ஓடியாடிச் சுற்றி வந்து
கண்கட்டி ஆடிவிட்டுக் கிழக்கேப் பார்த்தாள்!
கோலமெழில் கொஞ்சுகின்ற காட்சி யாக
வண்ணமெழில் வானவில்தான் வளர்ந்த தங்கே
வானுலகத் தோட்டத்து வண்ணப் பூவாய்!
திண்ணமாக நெஞ்சிற்குள் தீர்மானித்தாள்
தான்வாங்கப் போகின்ற ரிப்பன் நிறத்தை!

தாமரைக் குளம்

ஒளிமின்னும் செம்பட்டு இழைகள் போல
உதிர்கின்ற செங்கதிர்தான் ஒளியை வீச
தளதளக்கும் கன்னியர்கள் தாமரைக் குளத்தில்
திளைத்தாட நீர்க்குமிழ்த்த செம்முகம் போல
பளபளக்கும் தாமரைப்பூ பலவாய் இங்கே
பனிகுமிழ்த்து காற்றாலே பாங்காய் அசைய
களிப்பூட்டும் காட்சிதன்னைக் கண்டு விட்டுக்
கவிதைகள் எழுதுகின்ற கலைஞன் ஆனேன்!

பளபளன ஒளிமின்னும் பில்லை ஒன்று
பொலிவான கருங்கூந்தற் பதிந்தாற் போல

நிலமகள் கருங்கூந்தல் நெடுமணல் சூழ
நடுவிலுள்ள குளமும்அந் நகையே ஆகும்!
பளபளன இளங்கதிரின் பொலிவால் மின்னும்
பொன்னான பில்லையில் பதித்து வைத்த
பலவான மாணிக்கம் பூக்கள் ஆகும்!
பச்சையாம் மரகதமே பசும்இலைக் கூட்டம்!

விடைதெரிந்த மாணவிகள் வகுப்பில் தங்கள்
வலக்கரத்தை மேலுயர்த்தும் வாகு தன்னை
உடைசிவந்த மொட்டுக்கள் உயர்ந்து இங்கே
ஒளிவீசும் அழகிற்கு உவமை சொல்வேன்!
தடையில்லா விண்வெளியே தங்க நிலா
தத்திவிளை யாடுகின்ற சிவந்த பாதம்
மேடையாம் பளிங்காக மெல்லலை மின்ன
மேலாக மெல்லசையும் தாமரை என்பேன்!

காலையில் கதிர்வீசி காதலன் வந்து
கைத்தொடத் தாமரையாம் கள்ளி மலர்வாள்!
மேலையில் மறையவும் மலர்கைக் கூப்பி
மன்னன் வழியனுப்பி மயங்கிக் கிடப்பாள்!
நீலவான் குளித்த நிலாமகள் கூந்தல்
நீவி முகம்பார்க்கும் நிலைக்கண் ணாடி
கோலமாய்ப் பூவேலை கோர்த்து அமைத்த
கொஞ்சும் தாமரைப்பூ குளம்தான் அம்மா!

பில்லை – தலையலங்கார நகை

இயற்கைக் கோலம்

எத்தனையோ வண்ணமுடன் இளைய பூக்கள்
எத்தனையோ மணம்வீசி மயக்கம் தூவி
மெத்தனவே உடல்குலுங்கச் சிரித்துஆட
மெல்லியல்பு மங்கையரும் தோற்றுப் போவர்!
சத்தெடுத்துச் செழித்துவிட்ட இலைகள் கூட்டம்
தளதளன உடல் மின்னக் கண்ட தென்றல்
பித்தெடுத்து ஓடிவந்து வருடும் போது
பார்த்துவிட்ட சருகெல்லாம் சிரிப்பை சிந்தும்!

மகிழம்பூ காற்றடிக்கக் கொட்டின போல
மழைத்துளிகள் வழிநெடுகத் தூறிச் செல்லும்!

மகளிரிளம் நெற்றியாக இளம் பிறை மின்ன
மத்தியிலோர் வின்மீன்தான் பொட்டு வைக்கும்!
அகன்றவிழி விளிம்புதனில் இமைகள் போல
அலைஏரிக் கரைசுற்றிப் பனைமரம் நிற்கும்!
மிகவாகப் பாலாவிப் புகைதல் போல
மார்கழியில் பனிமூட்டம் மிதந்து செல்லும்!

வெண்ணிறத்து மேலாடை காற்றால் மெல்ல
வெலவெலத்து ஒளிமின்ன மிதந்தாற் போல
மண்ணுடலில் ஓர் ஓடை அசைந்து செல்ல
மருங்காகப் பாய்விரித்த புல்வெளி தன்னில்
வண்ணத்தால் அலங்கரித்த நாட்டியப் பெண்போல்
வந்தவொரு மயில்தோகை விரித்து ஆட
பண்ணிசைத்துக் குயிலொன்றுப் பறந்து செல்லப்
பன்னீர்தான் பூத்தூவி வாழ்த்தி நிற்கும்!

பச்சைப்புல் நெருக்கமாகி பாயாய் விரிய
பக்கத்தில் மலர்க்கூட்டம் பலவகை நடுவே
இச்சைகொள் காதலர்கள் இருப்புகொள்ளாது
இங்கங்குப் பார்த்தவாறு ஏதோ செய்து
அச்சமுடன் திரும்பிடவும் அங்கிரு கண்கள்
அவர்களையே பார்க்கின்ற அமைப்பில் இருக்க
நிச்சயமாய் உடல்வேர்த்து நிதானமாய்ப் பார்த்தார்
நெடுங்குவளை மலர்கள்தான் நானென் சொல்ல!

இயற்கையெழில் யாருக்கு?

இந்த மலர்கள் பூத்தது யாருக்கு?
இந்தக் கொடிகள் அசைவது யாருக்கு?
இந்தக் குயில்கள் பாடுவதும்
தென்றல் வீசுவதும் யாருக் காக?

(வேறு)

தென்னங்கீற்று வானத்தில்
தங்கநிலா வெளிச்சத்தில்
பொன்னூஞ்சல் ஆடிடவும்
தெளிவான நீரோடை
தாலாட்டைப் பாடிவரும்!

கார்காலத் தூரலிடை
பசுமையாய்க் காட்சிபடர
கிள்ளுகின்ற குளிர்க்காற்று
மெல்லவந்து மேனிதடவும்!

அரும்புகள் கட்டவீழ்க்க
வண்டுகள் காத்திருக்கும்!

இரு வண்ணத்துப் பூச்சிகள்
இணைசேரத் தாவிவர

இணையாக அமர்ந்திருக்கும்
காதலர்கள் முகஞ்சிவப்பர்!

பச்சைப்புல் மெத்தைமேல்
பனித்துளிகள் படுத்துறங்க
படர்ந்துவரும் கதிர்ஒளியில்
கண்விழித்து மினுமினுக்கும்!

காலையில் செங்கதிர்கள்
கால்தடவி வருமுன்னே
அரசமரப் பறவையெலாம்
அங்கிங்கே கூவிவரும்!

மாலையில் வானத்தில்
மேகங்கள் வடிவமைக்க
பொன்கதிர்கள் புகுந்து
புதுப்புது மாயம்செயும்!

விண்மீன்கள் மினுமினுக்கைக்
குளம்மீன்கள் பார்த்து
சோளப் பொரியென்று
துள்ளிப் பிடிக்கவர
குளத்தில் முகம்பார்க்கும்
நிலவின் உடல்நடுங்கும்!

இந்த
இயற்கை காட்சி எல்லாம்
இதயம் குளிர இரசிக்கும் இரசிகனுக்கே!

தென்னங் கீற்று

மேகம் கருத்துவர
மயில்தோகை விரித்ததுபோல்
தென்றல்தடவிவர
விரிந்த கீற்றுஓலை நீ
வானத்தில் ஆடுகிறாய்!

வானத்தில் மிதக்கின்ற
எட்டுக்கால் பூச்சிபோல்
நடுவில் காய்சுமக்க
நாற்புரமும் மேல் கீழும்
சூழ்கின்ற கீற்றசையும்!

மேலாடை காற்றடிக்க
கீற்றுக்கள் காய்மூடும்!

கட்டிப்போட்ட யானையின்
கெட்டியான முதுகுபோல்
பக்கவாட்டில் அசைகின்றாய்!

மேல்கீழாய்க் கையசைத்து
பாளைச் சிரிப்பழகி
யாரை நீ அழைக்கின்றாய்?

தென்றலின் பல்லக்கே!
நீதான்
சலசல ஓசை யிட்டு
இளநீர் தேங்காய் தயார்செய் தொழிற்சாலை!

மலைச்சாரல் மலர்கள்

மலைச்சாரல் சரிவுகளில்
மஞ்சள் நிறப்பூக்கள்
பூத்துக் குலுங்குகின்றன!
இதமான காட்சியிது!

இந்தப் பூஞ்செடிகளுக்கு
வித்திட்டவர் யாரோ?
நீர்ஊற்றும் மனிதர்யார்?

செடியருகே கொத்திவிட்டு
களைஎடுத்துப் பூச்சிகொல்லி
மருந்துத் தெளிப்பவர்யார்?
உரம்போட்டு வளர்ப்பவர்யார்?
ஆனாலும் மலைச்சாரல்
மஞ்சள் வண்ணப்பூக்கள்
பூத்துக் குலுங்குகின்றன!
பாட்டுக்காரன் இன்றி
கச்சேரிப் பாடல்களா?

தோட்டக்காரன் இன்றி
இப்படியொருத் தோட்டமா?

வெயிலில் காய்ந்து,
மழையில் நனைந்து,
பனியில் குளிர்ந்து
இப்படி ஒருஅழகை
எப்படிக் கொடுக்கிறது?

அந்தமஞ்சள் பூக்களை
எல்லாரும் இரசிப்பதில்லை!

வேலிஏதும் அமையாத
மலைச்சாரல் மலர்கள்போல்
வறட்சியில் நீர்ஊற்ற
உரம்போட்டு வளர்க்க
ஒருவரும் இல்லாமல்
வெயிலில் காய்ந்து,
மழையில் நனைந்து,
பனியில் குளிர்ந்து
கொப்பளிக்கும் அழகைக்
கொடுப்பவர் சிலருண்டு!

சிறப்பாக வாழுகின்ற
மனிதரும் சிலருண்டு!

அந்தமஞ்சள் பூக்களைப்போல்
இவர்களையும்
யாரேனும் ஒருவர் ரசிப்பர்!

அதுவேதான் இவையிரண்டின்
பிறவிக்கும் பொருளாகும்!

வாழைக் குலை

பச்சையில் அலங்கரித்த
பாவை ஒருத்தி
தீப்பந்தம் பிடிப்பதுபோல்
பறக்கும் கிளிமூக்குபோல்
வாழைமொட்டு வெளிவரும்!

பெரிய ஒரு சிவப்பிதழ்
பிரிந்து மேல்விரிய
தலைநீட்டும் மகரந்தக்
காய் நாக்கு எல்லாமும்
பெரிய நாகம் படம் விரிக்கக்
கீழிருக்கும் இலிங்கங்கள்!

பாசிகுட்டைத் தண்ணீரில்
குளித்துவிட்டத் தேனீக்கள்
அடைமீது அமர்ந்தது போல்
வாழைக்குலை காய்சூழும்!
முற்றியதும்
அறுத்து வைத்த குலை பழுத்து
நெருக்கித் தொடுத்தச் சாமந்திச் சரமாகும்!

காதல்

அதற்காக!

நீ அராபியக் குதிரையாக இருக்கலாம்!

அதற்காக,

என்னுள்ளத்தை குருச்சேத்திரம் ஆக்குவதா?

நீ வண்ண மெழுகுச் சிலைதான்!

அதற்காக,

என்நெஞ்சை உருகிட வைப்பதா?

ஒயிலான சாயலுடை மயில்தான் நீ!

அதற்காக

என்னுயிரை பாம்பாக கொத்துவதா?

குளிரொளி உதிரும் பௌர்ணமிநீதான்!

அதற்காக

என்னுள்ளக் கடலை கொந்தளிக்க வைப்பதா?

உன்னழகை ரசிக்க நூறு கண்கள் வேண்டும்!

அதற்காக

என் இதயத்தை நூறுசில்லு ஆக்குவதா?

உன் கூந்தல் மழை தரும் கருமேகம் தான்!

அதற்காக

என் அடி மனதை குமுறவைப்பதா?

உன் கண்கள் கூரானவாள்கள்தான்!

அதற்காக

என் நெஞ்சை இரணமாக்கிச் சுவைப்பதா?

மணம் வீசும் மெல்லிய மலர்தான் நீ!

அதற்காக

என் மனதை வண்டாக அலைக்கழிப்பதா?

வானத்தில் தோன்றி வந்த தேவதை நீ!

அதற்காக

என்னுயிரைவானுலகம் அனுப்புவதா?

வி.கே. இராமகிருஷ்ணன்

சென்னை-106

நன்றி:

வைரமுத்து தேர்வில் வாழையடி வாழை

சாவி-(வார இதழ் 27-03-91)

வானப் பறவைகள்

நெடுவானின் கோடியில்

கடலாடும் உச்சியில்

வானப்பறவை இரண்டு

வட்டமிட்டுப் பறக்குது!

முதற்பார்வை தனிலே

முழுமனதைக் கொடுத்து

காதல்கீதம் பாடி

கடல்மேற் பறக்கிறது!

கள்ளங் கபடமற்ற
வெள்ளை மனக் காதல்!

தொட்டு உறவாட
துடிக்கின்றன பறவைகள்!

வான்வெளியில் வழியில்லை!
அதற்காக கரைதேடி
அலைகின்றன வான்பறவை!

கரை எங்கோத் தெரியவில்லை!
கண்ணுக்குத் தெரிந்தமட்டும்
கடலேதான் தெரிகிறது!
காதல் வேகங்கள்,
மோக வேட்கைகள்,
இளமைத் தாகங்கள்,

கனவு முத்தங்கள்,
தீர வழியில்லை!
ஆற இடமில்லை!

வினாடிகள் நிமிடமாய்
காலங்கள் வருடமாய்,
நெடுவானின் கோடியில்
கடலாடும் உச்சியில்

நினைவுகள் சுமந்தபடி
கரையைத் தேடித்தேடி
வானப் பறவையிரண்டும்
ஜோடியாய்ப் பறக்குது!

அந்தோ பாவம் காண்!
பத்துவட்டி வாங்கும்
பட்டாணிக் காரனின்
கொடுநெஞ்சும் இளகுது!

உலகத்தீர்! உலகத்தீர்!
கரையொன்று காட்டுவீர்!

உள்ளத்தைப் பார்க்காமல்
செல்வங்கள் செல்வாக்குகள்
பள்ளத்தையேப் பார்க்கும்
உலகத்தீர்! உலகத்தீர்!
கரையொன்று காட்டுவீர்!

புற்றீசல் போலவே
எத்தனையோ ஜாதி சொல்வீர்!
கடவுள்கள் வேறு என்று
பாவங்கள் சொல்வீர்!
படிப்பென்பீர்! பணமென்பீர்!
இன்னும் எத்தனையோ

எத்துக்கள் கூறுவீர்!

பாவமிந்தப் பறவைகள்;
கரையைத் தேடித்தேடி
ஜோடியாய்ப் பறக்குது!

உலகத்தீர்! உலகத்தீர்!
இவையாவும் இல்லாதக்
கரையொன்றைக் காட்டுவீர்!
உள்ளத்தையே பார்த்துப்,
பண்பினையேப் பாராட்டும்,
வஞ்சகக் கொடுமையிலாக்
கரையொன்றைக் காட்டுவீர்!

இல்லையெனில் நீங்களாகக்
காட்டுகின்ற கரைதானே
சுட்டெரிக்கும் நெருப்பாகி
பறவைகளை எரித்துவிடும்!

அதானோ
கரைபொருந்தாச் சிலப் பறவைகள்
கடலில் விழுந்து இறந்து போகின்றன!

ஒரு கடிதம்

வையாவூர்,
காஞ்சிபுரம் வட்டம்,
19-5-1975

எனதன்பு மணமகளே!
நலம் உன்நலம் அறியஅவா!

வருகின்ற செப்டம்பர்
ஏழாம்நாள் நமக்குச்
சொர்க்கத்தில் திருமணம்!

உற்றாரும் பெற்றோரும்
எத்தனையோ பெண்பார்த்து
உன்னை மட்டும்ஏன்
கல்யாணப் பெண்ணாகத்
தேர்ந்தெடுத்தார் என்பது
உனக்குத் தெரியுமா?

சொல்கிறேன், கவனமாய்க்கேள்!

நீகொண்டு வரும்சொத்தில்
அப்பாவின் கவனமுண்டு!

நகைநட்டு சீர்வரிசை
அம்மா ஆசைப்பட்டார்!
என்தாத்தா குறிக்கோளோ
ஜாதியும் ஜாதகமும்!

என்பாட்டி ஆசையெலாம்
உன்சுற்றம் பெருமையில்!

என்சித்தப்பா கண்ணோ
உன்வரதட்சனைப் பணத்தில்!

வயதில் பெரியஇவர்கள்
சிறுபிள்ளைச் செயலிது!

படிக்காத, படித்த
முட்டாள்களின் மோசடியிது!

சமுதாயச் சீர்திருத்தம்
எடுத்து நான் சொன்னது
செவிடனுக்குச் சங்கானது!
காதலிக்கவும் தெரியவில்லை!

நான் மட்டும் வேறல்ல,
சமுதாய விலங்குதான்!

பெற்றோரின் சொல்லிற்கும்,
உற்றாரின் மகிழ்ச்சிக்கும்,
மௌனமாய்ப் போய்விட்டேன்!

தற்காலத் திருமணம்
வெட்கமும் வேதனையுமே!

முற்போக்குத் தலைமுறை
தேவைகளைப் பார்க்கும்!

உன்தேக ஆரோக்கியம்
என்தங்கை சொன்னாள்!

உன்படிப்பின் பெருமைகளை
என் தம்பி கேட்கிறான்!

உன்குணநலன் குறித்து
என் நண்பர் ஆராய்ந்தார்!

இவையெல்லாம் ஒருபக்கம்
இருக்கட்டும் மண மகளே,

நான்எதை எதிர்பார்க்கிறேன்?
நிச்சயமாய் சொல்கின்றேன்
அல்லாத இவையெல்லாம்
இல்லவே இல்லை!

பின்ஏன் நானிந்தப்
பொன்விலங்கைப் போடவேண்டும்?

எனக்கு நீ வேண்டும்!
ஆம் நீ மட் டுமேவேண்டும்!

அல்லாதவை யேதுமில்லா
நிர்க்கதியான நீமட்டும்
நிரந்தரமாய் வேண்டும்!

என்இதயத்தில் கலக்க
உன்ஆத்மா வேண்டும்!

உள்ளத்து ஆசைகளை
உறுதியான கொள்கைகளைக்
கரையேற்றும் உறுதுணையாய்
நீ என்றும் வேண்டும்!

உன்னுடைய கன்னத்தில் கருப்பு இருக்கலாம்!
எண்ணத்தில் கருப்புவேண்டாம்!
நெடும்வாழ்க்கைப் பாதையில்
நேராக நாம் நடக்கப்
பள்ளங்கள், மேடுகள்,
முட்கள், புல்மெத்தை,
சோதனைகள், சொகுசுகள்,
வேதனைகள், இன்பங்கள்

வருகின்ற போதெல்லாம்
ஆட்டம் காணுமிந்த
ஆலமரம் உறுதிக்கு
அடிவேராய் நீவேண்டும்!

சொந்தங்களும், பந்தங்களும்
ஒருநாள் கூத்திற்கு
கிரீடம் வைத்தமாதிரி!

நிரந்தரக் கிரீடமாய்
நீ எனக்கு வேண்டும்!

உன்னைநான் அநாதையாய்
விரும்புகிறேன்; வரவேற்கிறேன்!
மற்றவை,
நம் முதல்இரவு அறைக்குள்!

என்றும் அன்புடன்,
உன்னரும் மணமகன்!

மௌனங்கள்

ராஜலட்சுமி...எப்போதோ
நடந்தஇதை நினைப்பதுண்டா?
அந்தஓவியப் பள்ளியில்தான்
நாம் பார்த்தோம்! படித்தோம்!

உன்னைப் பார்த்தபிறகு
வேறுஓவியம் மறந்துபோனேன்!

கருப்புதிராட்சைக் கண்களை
என்மேல் நீ ஓடவிட
உன்பாதம் பார்த்தேநான்
உருகி நின்றிருப்பேன்!

வாய்திறந்து நாம்இருவர்
பேசியதே இல்லை!

எல்லாமே கண்கள்தான்.

உன்ரோஜா மலர்முகத்தை
ஆர்வத்தில் பார்த்தபோது

சகலஅண்டம் சுருட்டிநீ
என்காலடியில் வைத்தாய்!
உன்பார்வை பட்டதால்தான்
என்ஜென்மம் பலித்தது!

என்னுயிரை எடுத்துநீ
செம்மட்டியால் அடித்து
சுடரொளி ஏற்றினாய்!

உன்நினைவு பளிச்சிடுங்கால்
ஆயிரம்சூரியன் உஷ்ணம்
என்நெஞ்சில் பாயும்!

ஒருவேளை நாமிருவர்
கரம்பிடித்திருப் போமானால்.
அந்தஇனிய நினைப்பேஎன்
வாழ்க்கையாய் இருக்கிறது!

இதயத்தை எடுத்து
இறுக்கிப் பிழிந்தவள் நீ!

உனைப்பார்த்து இரசிக்க
ஏழுஜென்மம் போதாது!

உன்மூச்சு விட்டகாற்றை
நான்சுவாசித் திருப்பேன்

அதுவெனக்குப் போதும்!
நீ பெண்ணாய் இருந்ததனால்
என் வார்த்தை எதிர்பார்த்தாய்!
நீயோ மேட்டுக்குடி!
நான்பள்ளத்தில் பிறந்தவன்!
அதுதான்
எனக்குள் ஒருதிரை போட்டு
தனக்குள் அழுத மௌனத்தின் காரணம்!

கல்யாணக் கனவுகள்

என்னை மறந்துஎதிர் காலத் துணைவியைக்
கண்ணை மெல்லமூடிக் கற்பனையில் காண்பேன்!

கற்பனை வானில் களங்க மிலாநிலா,
அற்புதப் பொற்சிலை அழகாய் எழுகின்றாள்!

என்றோ வரப்போகும் என்னுயிர்த் துணைவிக்கு
இன்றே அன்பான இதயம் வளர்க்கின்றேன்!

நேரம் மறந்த நெஞ்சின் கனவெலாம்
ஈரம் மின்னும் இதழில் பூக்கும்!

தேன்கோர்த்த நெஞ்சில் தெவிட்டா மலூறி
ஊன்கோர்த்த என்னுயிர் உலையச் செய்வாள்!

மைகோர்த்த கண்ணாள் மனம்கோர்த் திருக்க
கைகோர்த்து வருவாள் கல்யாணப் பந்தல்!

விழியெழில் மிளிர வெட்கம் முகஞ்சிவக்கத்
தாழ்வானப் பார்வை தாங்குமோ என் நெஞ்சம்?

நெஞ்சம் ஒருபக்கம் நாணமோர்ப் பக்கம்
அஞ்சும் பார்வை அடடா என்னழகு?
வண்ணக் கலவை வளமிகு இளமேனி
எண்ணம் பிதற்ற இதயம் தெறித்துவிடும்!

மெல்ல இதழ்நெகிழ மைவிழி விரிய
கள்ளம் படரும் காதல் நெஞ்சமெலாம்!

வெள்ளைப் பாற்பற்கள் வழங்கும் சிரிப்பில்
உள்ளம் இழந்து உருகி நிற்பேன்!

அன்புரு நானாக அழகுரு அவளாக
இன்பமுற வேண்டி இளமை நூறுவரும்!

மைவிழித் தூய்மை மனதை இழுக்க
ஓவியக் கார்குழலில் ஒருமலர் பூத்திருக்கும்!

ஆழகொளி வீசுமிவள் அங்கம் முழுதும்
அழியா இளமை அடுத்தடுத்து வார்க்கும்!

சொல்லச் சுவைமிகு சொந்தம் கொண்டு நான்
அள்ளக் குறையா அழகைப் பாடுவேன்!

வானப் பறவைகளாய் வையம் சுற்றி
கான இசைதூறி காலமெலாம் வாழ்வோம்!

பெண்மை காட்டியே பெருமை சேர்க்கும்
தன்மை வணங்கி தெய்வமாய் நினைப்பேன்!

பார்வை பட்ட போதெல்லாம் நெஞ்சின்
கோர்வை இழந்து கொதிநிலை இருப்பேன்!

நெடும்வாழ்க்கைப் பாதை நாங்கள் நடக்க
விடும்அம்பாய்ப் பூக்கள் வீழட்டும் எம்மேல்!

தாயின் அன்பும், தங்கையின் பரிவும்,
சேயின் சிரிப்பும் சீதனம் தருவாள்!

மலர்விழி சேரும் மையாகி நிற்பேன்!
தளிர்கன்னம் பூசும் தூள்மஞ்சள் ஆவேன்!

ஆதரவாய்ச் சேர்ந்து ஆருயிர் பிணைந்து
காதவழி வாழ்க்கை காலமெலாம் செல்வோம்!

பவழம் அவளே, பதிக்கும்பொன் நானே!
தவலை நானாக, தண்ணீர் அவளாவாள்!
தாபம் தணியச் சிருங்காரம் சேர்ப்பாள்!
தீபம் ஏற்றத் திருமகளாய் நிற்பாள்!

மங்களம் பொலிய மஞ்சள் குளித்து,
குங்குமம் அணிந்து கோலநிலா வருவாள்!

கண்ணில் தெரியும் காதல் எண்ணங்கள்
வண்ணம் அறிந்து வகைகள் செய்வேன்!

யாரும் காணாமல் யாசித்து நின்றுக்
கோரும் கன்னம் கொடுக்கவே மாட்டாள்!

முழுநிலா என்றால் முனிந்து செல்வாள்,
பழுதொன்று நிலவில் படிந்து இருப்பதால்!

தாயில்லாச் சேய்க்குத் தாய்போல் வருவாள்!
கோயிலாம் குடும்பத்தில் தெய்வமாய் இருப்பாள்!

மூழ்கும் அன்புக் கடலில்
வாழும் எங்களுக்கு வாழ்த்துக் கூறுவீர்!

பெண்ணாசையே உன்னோடுதான்!

உன்நினைவை வாழ்வாக்கி
மானசீகமாய் நெஞ்சில்
தேனாகச் சுவைத்து
விரகத்தில் வாடுகின்ற
என்னைநீ வெறுத்தாலும்
மூவாசை உலகத்தில்
பெண்ணாசை என்பதெல்லாம்
உன்னோடு மட்டும்தான்!

பெண்களைக் கண்டவுடன்
பதுவுசாய் நழுவுபவன்
உனைக்காணும் போதெல்லாம்
உருகி நிற்கின்றேன்!

குறுகுறுக்கும் உன்கண்கள்
கொப்பளிக்கும் வெளிச்சமும்,
தக்காளிக் கன்னங்கள்
தகத்தக மெருகும்
எத்தனை யுகங்கள்
பார்த்தாலும் இரசிக்கும்!

என்னைப் பொறுத்தவரை நீ
அழகிற்கு ஒரேச் சூத்திரம்!

உன்னை நான் பார்க்கின்ற
ஒருவினாடி நேரமெலாம்
ஓராயிரம் யுகமாகும்!

உனைக்காணா நேரமெலாம்
வாழ்கின்ற நேரமல்ல,
வீணான நேரங்களே!

எந்தன் பிறவிகள்
உருண்டு வரும்போது
நீதான் மையத்தில்
அச்சாக இருக்கின்றாய்!

பரந்தகன்ற நெடுவானம்
முடிவதெங்கே என்பதை
உன்கண்களில் பார்க்கின்றேன்!

இந்தவானமோ, பூமியோ,
அந்தக்காற்றோ, நெருப்போ,
மனிதனோ, கடவுளோ
என்காதலை அழிக்கும்
வல்லமை பெறவில்லை!

மண்மேல் எழுதியதல்ல,
கண்ணீரைப் பாய்ச்சிநான்
கல்மேல் வடித்ததிது!

வானமும், பூமியும்
ஒருநாள் அழியும்!
உன்மேல் என்காதல்
ஒருநாளும் அழியாது!

என்னுயிர் மட்டுமல்ல,
இவ்வுடம்பின் திசுக்களும்
உன்திருநாமமே ஜபிக்கும்!

உன்மந்தகாசச் சிரிப்பில்
வாழ்க்கையின் இரணங்களை
ஆற்றிக் கொண்டவன்நான்!

பிறவிக்குப் பொருளேஉனை
நிரந்தரமாய் அடைவதுதான்!

உன்கண்களைச் சுற்றிலும்
மைபூசி இருக்கின்றாய்!
அதுஎன்னைச் சுற்றிலும்
நீ போட்ட வட்டம்!

அந்தவட்டத்தை விட்டுநான்
வெளிவர முடியாது!

பனிமின்னும் உன்உதடுகள்
கரைபுரளும் அலைகளாய்
நெஞ்சில்புரளும் நினைவுகள்!

உனைநெருங்கும் போதெல்லாம்
என்மூச்சே நின்றுவிடும்!
அப்போது உயிரோடிருக்க
உன்னையே சுவாசிப்பேன்!

உன்முகத்தின் பிரகாசமே
வெளிச்சத்திற்கு வழியானது!

உன்விழியின் கோடியில்
தொடுவானம் தொட்டிருக்கிறேன்!

நீயின்றி உலகில்
ஒருஅணுவும் தேவையில்லை!

என்இதயத்தில் புகுந்து
ஆவியில் கலந்தவள் நீ!

தரைமேல் துடிக்கும்
தனியொரு மீனிற்கு

கரைமேல் புரளும்
காட்டாறு நீதான்!

உன்னைப் பார்க்காமல்
ஓராயிரம் ஆண்டிருப்பேன்
நம்பியபடி! ஆனாலோ
உன்நினைவு இல்லாமல்
ஒருவினாடியும் நகராது!

உன்கன்னத்துக் கதுப்பின்
மலர்ச்சதை இழைகளில்
என்மனதை இறுக்கிக்
கோர்த்துக் கொண்டவள்நீ!

என்னுயிர் வித்தேநீதான்!

இன்றேநான் செத்தாலும்,
நெருப்பில் பொசுங்கினாலும்,
என்சாம்பல் துகள்கூட
உனைத்தேடிப் பறந்துவரும்!

என்னைநீ வெறுப்பதற்குக்
காரணமேத் தெரியவில்லை!
கேட்பதற்கும் துணிவில்லை!
இனிமேலும் ஒருவேளை
என்காதல் மாறாக

உன்உதடு அசையுமானால்

கேட்பதற்கு என்னுயிர்

எப்படியும் இருக்காது!

அப்போது

என்உயிர் சாந்தி அடைய

உன்துளி கண்ணீர்ப்பிச்சை போதும்!

எங்கே இருக்கின்றாய் என் உயிரே!

இப்போது நினைத்தாலும்
உன்காந்தக் கண்களும்,
ரோஜாஇதழ்க் கன்னங்களும்
பளிச்சென நெஞ்சில்பாயும்!

நம்காதல் மட்டும்தான்
இப்பெரும் பிரபஞ்சமே
முளைக்க வித்திட்டது!

நீ நிலம்: நான்நீர்!
நீ தீ: நான் காற்று!
இந்த அண்ட வெளிதானே
நாம்குடியிருக்கும் வீடு!

உன்னால்தான் கண்ணே
என்னுயிர்ப் பவித்திரமானது!

உலகில் ஒரு பெண்ணுக்கு
இவ்வளவு அழகுஉண்டா
எனவியக்க வைத்தவள் நீ!

உலகமொத்த இன்பங்கள்
சூட்சுமம் எதுவென்று
சொல்லிக் கொடுத்ததே
உன்சந்தன மேனிதான்!

உன்கால்படும் மண்ணெல்லாம்
என்புண்ணியச் சேத்திரங்கள்!

யானைவெடி தீவைக்கும்
சிறுவன் பொறியெல்லாம்
திரிநுனியில் இருப்பது போல்
எப்போதும் நினைவெல்லாம்
உன்மேலே மட்டும்தான்!

என் பார்வை கொத்துங்கால்
உடல்சிலிர்த்துத் தலைகுனிவாய்!

உன்னருகில் வரும்போது
உடல்வேர்த்து நிற்பாய்!

விலகிநான் நடந்தாலும்
துடிதுடித்துப் பார்ப்பாய்!
நமக்குள் புரியாத
உணர்ச்சிகள் அந்தவானில்
மின்னும் நட்சத்திரங்கள்
மட்டுமே அறிந்திருக்கும்!

பௌர்ணமியின் மகள்நீ
நின்றால் கோயில்சிலை!
நடந்தால் தங்கரதம்!

உன்படர்ந்தகன்ற கண்களை
நினைக்கும் போதெல்லாம்
என்தொண்டை கனக்கும்!

வஞ்சனையே இல்லாமல்
உனக்குமட்டுமேச் சரியாக
வளைவுகளில் எங்குமே
அளவுகளைக் கொடுத்த
பிரம்மதேவன் நம்மைஏன்
ஒன்றுசேர்ப்பதில் மட்டும்
ஓரவஞ்சம் செய்துவிட்டான்?

நம்கடவுள்கள் வேறுவேறாம்!
அதனால்தான் நம்காதலைப்
பிரிக்கத் திட்டமிட்டு
உன்பெற்றோர் ரகசியமாய்த்
தொலைதூர மாற்றலுடன்
இரவோடு இரவாக
பார்வைபடா நேரத்தில்
உனைஇழுத்துப் போய்விட்டார்!

எங்கெங்கோத் தேடினேன்!

எப்படியெல் லாம்அலைந்தேன்!

போனஇடம் தெரியவில்லை!

அதனால்

கொதிக்கும் நீர்உயிர் வாழும்

சிறியதோர் மீனாக நான்இருக் கின்றேன்!

வேறு யாரேனும்...

கற்கண்டே, கண்ணே, கவிதை கொடுக்கும்
ஊற்றே, உயிரே, உன்னைநான் மறப்பதா?

எண்ணங்கள் மேட்டில் எரிதழல் மூட்டி
கண்ணீர் வடிகின்ற காவியம் தந்தால்
எப்படி உயிரோடு இன்னமும் இருப்பேன்?
தப்பவழி ஏதும் தெரியவே யில்லை!

தேவதைநீ என்றுநான் தேடியுன்பின் வந்தேன்
நோவுதனை நெஞ்சில் நுழைத்து விட்டாய் நீ!

மானே, மயிலே, மல்லிகைப்பூ வாசமே,
தேனே, தினையே, தென்னையிள நீரே!
உன்னைநான் எப்படி அழைத்தும் கொஞ்சமும்
என்னைநான் தேற்ற ஏதும் வழியில்லை!

கன்னத்து மேட்டில் கவிதை எழுத
எண்ணங்கள் வைத்தேன் ஏனோ மாற்றினாய்?

கண்களின் ஓரம் கசிந்திடும் மையில்
என்னை இழந்து ஏனோத் தவிக்கிறேன்!

தாங்கவே முடியாத் தவிப்பைக் கொடுத்து
வாங்கும் உயிரையுன் வாளைப் பருவம்!

பொங்கும் அழகில் பொறிகளை இழந்து
மங்கும் உயிரை மாய்த்திட நினைக்கிறேன்!

வேதங்கள் கீதைகள் வேறெந்த மந்திரம்
தோதில்லை இங்கேத் துடிக்கிறேன் உன்னால்!

கள்ளப் பார்வையில் காதலை மூட்டி நீ
பள்ளத்தில் தள்ளும் பாதை காட்டுகிறாய்!

எண்ணத்தை கொள்ளை எடுத்துன் கன்னம்
கிண்ணத்தில் தடவிக் காய்ந்திட விட்டதேன்?

கண்களின் வழிஇழுத்துக் கார்குழல் கட்டி
பெண்ணே எனக்குநீ பித்தம் கொடுக்கிறாய்!

கண்களின் பார்வைக்குக் காத்திடும் நெஞ்சில்
புண்களாய் வேலைநீ பாய்ச்சிய தேனோ?

கோவைப் பழஉதட்டைக் கொத்தும் கிளிநான்
தேவைப் படாமல் தவிக்க ஏன் வைத்தாய்?

தங்கநிறக் கழுத்துத் தளதளன விரியப்
பொங்கும் அனலில் பொசுங்கும் என்னுயிர்!

அன்னம் நடந்ததாய் அழகைக் காட்டிபின்
கன்னம் குழியிட்டுக் காதலைப் புதைக்கிறாய்!

கண்களின் வழியாய் கருத்தில் புகுந்து
எண்ணம் தவிக்கவிட்டு ஏனோ மறைகிறாய்?

இரவெல்லாம் தூக்கமே இல்லா திருந்து
விரகத்தை தாங்காதென் வேதனை நெஞ்சம்!

உதட்டின் பசையில் உள்ளம் ஒட்ட
நிதமுன் நினைவால் நெஞ்சம் எரியும்!

பின்னலோடு நெஞ்சையும் பின்னி இழுத்துக்
கன்னலில் கட்டி கடிவாளம் போட்டு
அந்நாளில் பொன்னிற அழகெலாம் காட்டி
இந்நாளில் என்னைஏன் தவிக்கவே விட்டாய்?

நிலவுத் துண்டை நெற்றியில் ஏற்றி
கலவி இன்பக் கனலை மூட்டுகிறாய்!

நுங்குநீர் உறிஞ்சும் நினைவைக் கொடுத்து
நங்கைநீ என்னிடம் நழுவிப் போகிறாய்!

அஞ்சனம் தடவிய அழகுக் கண்களில்
பிஞ்சுமனம் தங்கிப் பேதலிக்கச் செய்கிறாய்!

உதட்டுச் சாய ஓர்நாள் வாழ்வின்
பதவிப் போட்டிக்கு நான்வரக் கூடாதா?

கண்களின் கீழாகக் கன்னங்கள் மேடே
என்னைப் புதைக்க ஏற்பாடு செய்தஇடம்!

நேரமொரு குணம்மாற நிகரில்லாப் பெண்களே
நரகத்தை பார்க்க நீங்களேப் போதும்!

தாறுமாறான உன்னைத் தவிர்த்து
வேறுயாரேனும் அன்றே நினைத்திருக்கலாம் நான்!

நீலவானம்

வெளிர்நீலப் பறவைகள்
நெடுவானில் பறப்பதால்
நம்கண்கள் அறிவதில்லை!

வெளிர்நீலப் பறவைகள்
மிகநல்லப் பறவைகள்!

வாழ்க்கைக்கு ஏங்குகின்ற
வண்ணப் பறவைகள்!

மயக்கம் கொடுக்கவல்ல
மேனியெழில் பறவைகள்!

கம்பீரம், கண்ணியம்
கொண்டகாதற் பறவைகள்!

காதல்கீதம் பாடியே
கனவுகளைச் சுமந்துதினம்
விடிவெள்ளித் தேடுகின்ற
ஒற்றைப் பறவைகள்!
பாரிவள்ளல் பார்க்காத
படர்முல்லைக் கொடிகள்!

பேகன் மன்னன் காணா
நெடுந்தோகை மயில்கள்!

அண்ணா சாலையோரம்

பல்லவன்பஸ் படிக்கட்டில்
மெரினா கடற்கரையில்
வெளிர்நீலப் பறவைகளின்
உயிர்நாடித் துடிக்கின்றது!

வரதட்சணைப் பணமென்றும்,
கல்யாணச் சீர்களென்றும்,
சவரன்கள் முப்பதென்றும்,
அதுஇது கேட்காத
உண்மையில் மிகநல்ல
துணையொன்று கிடைத்தால்
உடனேயே தயங்காமல்

ஓடிவிடத் துடிக்குமிந்த
வெளிர்நீலப் பறவைகள்!
ஆனாலும் பாருங்கள்
வெளிர்நீலப் பறவைகள்
நெடுவானில் பறப்பதால்
நம்கண்கள் அறிவதில்லை!

கண்நிறைக்கும் அழகும்,
மனம் நிறைக்கும் குணமும்,
பெருமைதரும் பெண்மையும்
இருந்தாலேப் போதுமென
ஏற்கத் துடிக்கின்ற
ஆண்நீலப் பறவைகள்

அஜ்மல்கான் ரோடோர[1]
அவசரக் கூட்டத்தில்,

கஸ்தூரிபாய் காந்திமார்க்கின்[1]
கதம்பமான நெரிசலில்,

இராமகிருஷ்ணா புரத்தின்[1]
அழகான தெருக்களில்

சிறகசைத்துப் பறக்கின்றன!

வரதட்சணை வேண்டாம்,
கல்யாணச் சீர்வேண்டாம்,

சவரன்கள் வேண்டாம்,
அதுவேண்டாம், இதுவேண்டாம்,
உண்மையிலேயே நல்ல
துணையொன்று கிடைத்துவிட்டால்
அதுவே வேண்டுமென்று
அடையத் துடிக்கின்ற
மிகமிகமிக நல்லவை
இந்த ஆண்நீலப் பறவைகள்!

ஆனாலும் பாருங்கள்
வெளிர்நீலப் பறவைகள்
நெடுவானில் பறப்பதால்
நம்கண்கள் அறிவதில்லை!

விக்டோரியா டெர்மினஸின்[2]
வேகமானக் கூட்டத்தில்,

நாரிமன் பாய்ண்ட்டின்,[2]
நாற்புர சந்திகளில்

ஆண்நீலப் பறவைகளும்,
பெண்நீலப் பறவைகளும்
அருகருகேப் பறக்கின்றன!

காதல் மிஞ்சும்நெஞ்சைக்
காலமெல்லாம் சுமந்து

மோகமதன் விரிப்பால்
விழிகள் ஒளிதளர்ந்து

பொன்சிறகை மெல்லசைத்துப்
பொலிவோடுப் பறக்கின்றன!

ஆனாலும் பாருங்கள்,
அவைகளுக்கும் தெரியவில்லை
இன்னொரு பறவைகூட
தன்னைப் போலவே
சாதிகள் வேண்டாம்,
கடவுள்கள் வேண்டாம்,
அது இது எதும் வேண்டாம்
நல்லதுணை கிடைத்தால்
ஜோடியாகச் சேர்ந்துகொள்ளத்
துடித்தே இருக்குதென்று!!

இந்நாட்டில் எங்கேயும்
இந்தநீலப் பறவைகள்
ஜோடியாகச் சேராமல்
தனித்தேத் திரிகின்றன!

அதுதான் பாருங்கள்
வெளிர்நீலப் பறவைகள்
நெடுவானில் பறப்பதால்

நம்கண்கள் அறிவதில்லை!

அந்தோ!

இனம் காட்டிச் சேர்க்காத

வானத் திற்கென்ன வரட்டு கௌரவம்?

([1] புதுடில்லியில் உள்ள சில இடங்கள்)

([2] பம்பாயில் உள்ள சில இடங்கள)

விழிபாடகன்

(நேரிசை வெண்பா)

தேன்கன்னம் ஆசையால் தைத்திடுவேன் முத்தங்கள்!
கன்னல் இதழைக் கடித்திடுவேன்! – பொன்னுடலை
அன்பால் அணைத்திடுவேன்! ஆனால் எழில் விழியே
என்செய்வேன் பா தான் உனக்கு!

குளிர்கண்கள் கூட்டும் கொடுந்தீப் பொறுக்காத்
தளிர்நெஞ்சம் சோர்ந்துத் தளர-ஒளிமின்னும்
பாதிவிழிப் பார்வையின் பித்தம் தலைக்கேற
ஓதுகிறேன் நான்பாட்டு ஒன்று

புண்ணியம் செய்தேனோ! பூஞ்சோலை வைத்தேனோ!
என்னதவம் செய்தேனோ! இவ்விரு-கண் தரும்
தெய்வப் பொலிவையும், தீரா அழகையும்
நெய்து கவிளடுக்க நான்!

மைதீட்டுகிறாள்

(நேரிசை வெண்பா)

போருக்குச் செல்லப் புறப்பட்ட வீரன்தன்
வாளுக்குத் தீட்டுவான் வீரத்தை! — சேருகின்ற
போருக்குச் செல்லும் பருவமகள் தன்விழி
வாளுக்கு மைதீட்டு வாள்!

முத்தாரம் மேடான மார்பிற்கு! தங்கவளை
சத்தான கைக்கேதான்! காலிற்குத் - தத்திவரும்
கிண்கிணிகள்! மூக்கிற்குக் கல்வைத்த மூக்குத்தி!
கண்ணிற்கு மையேதான் காண்!

பொன்நகை, முத்து, பவழம் வகைவகை
மின்ன அணிந்தாலும் மங்கையே — மந்திரமாய்
என்னுயிர்ப் பாய்ந்து இதயம் நிறைவது
உன்னிரு கண்ணுண்ட மை!

வரச் சொல்லும் விழிகள்

(நேரிசை வெண்பா)

கயல்புரள, பூமலர, கூட்டியமை மின்ன,
மயில்சாய, மான்விழிக்க, மெல்ல-அயர்ந்த
துயில் வருட, பால்பொங்கத் துள்ளும் விழியோர்
ஓயிலாகக் காட்டும் அழைப்பு!

பாதிவிழி கீழாகப் பார்க்கச் செருகிடும்
மீதிவிழி மேல்இமை மூடிட-மோதி
மதுக்கிண்ணம் போன்றே மடக்கி இழுக்கும்
செதுக்கிய மைவிரித்த கண்!

திசைப்பார்த்துத் தாழ்ந்து, தணியாத காதல்
அசைபோட்டு, மோகம் அணைத்து-பசைகொள்
மதனவிழி வீசும் மதுபிளிர்த்த நோக்கில்
ததீங்கினத்தோம் போடும் மனம்!

கலைஞரும் கண்களும்!

(நேரிசை வெண்பா)

பத்துலட்சம் பாவிற்குள் பாலொளி கண்ணழகைக்
கோத்துத் தருவதாய்க் கொக்கரித்த-பித்தனவன்
எத்தனையோ கோடி எழுதிச் சளையாமல்
நித்தம் குவிப்பான் தோற்று!

ஓடுவான், நீண்டவிழி ஓரத்தைக் கண்டுவந்து
ஆடுவான், ஓடிதன் பாடலில்-தேடுவான்,
தேடியும் காணாமல் தன்னையே சாடுவான்,
காடுசெல்வான் யாவும் துறந்து!

ததும்பும் விழியிரண்டின் தாபம் கொணர்ந்து
செதுக்கிச் சரிபார்த்த சிற்பி-பதுங்கிடும்
கோடிக் குறைகள் குவிந்து இருந்ததால்
தேடினான் சாகவழி ஒன்று!

எத்தனை விழிகள்

(நேரிசை வெண்பா)

பூவிழி புன்னகைக்கும்! பால்விழி பொங்கிடும்!
மைவிழி மின்னிடும்! மையல்கண் - தாவிவரும்!
கன்னிப்பெண் நெஞ்சின் கனவுகளைக் காட்டும்
சின்னத் திரைஅவள் கண்!

நீள்விழி ஒய்யாரம்! நல்லவேல்கண் சிங்காரம்!
வாள்விழி வீசுமொளி! வண்டுவிழி – தோள்வரைக்கும்
வந்துபோகும்! மீன்கண் வரைந்திருக்கும்! மான்விழி
பந்தாய் மருளும் பார்!

அகன்றவிழிப் பார்வை அழகொளி கூட்டும்!
புகழ்சேர் இமைமை புருவ – முகட்டில்
சிவப்புவெள்ளைப் புள்ளிகள் சேர்த்தவிழி உள்ளம்
கவர்ந்திழுக்கும் போதைக் கொடுத்து!

உதட்டுக் கனி

(நேரிசை வெண்பா)

சொதசொதன ஈரங்கள் சொக்கியிருந்தும்
கதகதப்பு கூட்டிக் களிக்கும்!-நிதமும்
மதமதப்பு செவ்வண்ண மின்னல் ஒதுங்கும்
சதுப்பு உதட்டுக் கனி!

தளும்பும் ரசங்கள் தகத்தகன மின்ன
களுக்கெனச் சிரித்துக் குலுங்கி-பளுக்கென
நெஞ்சை உடைத்து நெடுமுத்தம் வேண்டியென்னைக்
கெஞ்சும் உதட்டுக் கனி!

பறித்துக் கடித்துறிஞ்சின் பேரின்பம் ஊட்டும்!
உறித்தபலா தேன்தடவி ஊறும்! – கொறித்தெடுத்துத்
தின்னும் நினைப்பிற்குத் தீஞ்சுவை காட்டியே
மின்னும் உதட்டுக் கனி!

எழில் கன்னம்

(நேரிசை வெண்பா)

கொழிப்பு தளதளக்க கொப்பளிப்பு மின்ன
வழிப்பு மிதக்கச்செவ் வண்ணம்-இழைத்திட்ட
கன்னங்கள் கூட்டும் கதுப்பு முகப்போர
மின்னல்கள் தாக்கும் மனது!

சிரித்தால் குழிவிழச் சூடேற்றும் கன்னம்
விரிக்கும் அழகு வலையாம்! — பரித்ததும்
தேன்ஒழுகும் தேனடை தேடிடும் போலென்வாய்
கன்னத்தில் பாயுது காண்!

வழவழ மேடான வாளிப்புக் கன்னம்
மழமழ மாந்தளிர் மின்ன — குழகுழ
கொப்பளிப்புத் தூவி குழிவிழும் புன்னகை
தப்பாதுக் கொல்லும் தினம்!

என்னை நீ பிரிந்தாலும்...

ராதா – நலமா?
என்னைநீ பிரிந்தாலும்
உன்நினைவு மறக்கவில்லை!
முதன்முதலாய் உன்னைநான்
எழும்பூர் அருங்காட்சியில்
எதிர்வரப் பார்த்தேன்!
உன்னைப் பார்த்தபிறகு
அருங்காட்சி யகம்அன்று
வெருங்காட்சி யகமானது!
உன்காட்சியே எனக்கு
அருங்காட்சி ஆனது!
உன்னை நான் தொடர்ந்தேன்!
பின்னேநாம் பழகினோம்!
உன்இமைவரிக் கோடுகள்
என்வாழ்க்கைக் கோடுகளை
வரைந்து விட்டன!
உன்னைப் பார்த்துக்கொண்டே
இரசிக்கும் ஆசையால்
பாம்பேயில் கிடைத்த

உயர்ந்த வேலையை
உதறித் தள்ளிவிட்டேன்!
அலங்கார நாயகிநீ
அருகே வரும்போதே
அம்மம்மா என்நெஞ்சம்
அனலாய்க் குளிரெடுக்கும்!
நலுங்காமல் அணைக்க
நினைவுகள் அரும்பவிழ்க்கும்!
செம்பருத்தி உள்ளங்கை
சிங்காரப் பொட்டழகி
பட்டுப்போல் மிருதுவான
பால்வண்ணக் கன்னங்கள்
தொட்டுவிட நினைத்துத்
துள்ளுகின்ற மனத்தில்
நுரைப்பூப் புயலடித்து
நெஞ்சம் வலியெடுக்கும்!
பாளை விரிந்ததுபோல்
பளீரெனச் சிரித்தால்
ஏழைநான் வழியற்று
ஏங்கித் துடிக்கின்றேன்!
விழிப்பார்வை கவிழ
என்மனம் கவிழ்ந்து
உருகும் நெஞ்சம்
ஊற்றிக் கொள்ளும்!
இரகசிய ஆசைகளை

வளர்த்துச் சுகம்காண
எனக்குக் கிடைத்தவள் நீ!
உன்எழிலான விழியின்
மேல்இமையும் கீழ்இமையும்
இணைகின்ற கோடியில்
என்உயிரை எடுத்து
இடுக்கிக் கொண்டவள்நீ

வாழ்க்கைக் கனவுகளைக்
கொடுத்துப் பிரிந்தவள்நீ!

உலகை அழிக்கவல்ல
ஊழிப் பெருங்காற்று
புறப்பட்டு எங்கெல்லாம்
போகுமோ அங்கெல்லாம்
அத்தனையும் அழியும்!

எழில்வளர் நங்கைநீ
புறப்பட்டு எங்கெல்லாம்
போகின்றாய் அங்கெல்லாம்
வாலிப நெஞ்சங்கள்
வகையற்று அழியும்!

உன்கண்ணில் காந்தமும்
என்நெஞ்சில் இரும்பும்

எப்படி வந்தன?
கண்டவுடன் இழுக்கின்றதே!

கடலலையில் மூழ்கித்
தவிக்கின்ற உயிர்போல்
உன்நினைவில் என்நெஞ்சம்
சிக்கித் தவிக்கின்றது!

வானில் ஒய்யாரமாய்
பெரிய சிறகுகளை
வீசிப் பறந்துகொண்டே
கீழேக் குறிவைக்கும்
கருடப் பறவைபோல்

மையின் ஒய்யாரத்தில்
பெரிய இமைகளை
வீசித் தாழவிட்டு
என்மேல் குறிவைப்பாய்!

என்னுயிர் அப்போது
உன்முன்னே மண்டியிடும்!

நெஞ்சிற்கு நெடுஞ்சுகம்
தேவையாம் நேரமெலாம்
உன் நினைவை இழுத்து
உள்ளூரக் களிக்கும்!

இராஜநாகம் கடித்தாலும்
சிலவினாடி உயிர் இருக்கும்!
உன்பார்வை பட்டுவிட்டால்
அந்நொடியே உயிர்தீரும்!

உன்னையேத் தெய்வமாய்,
உன்னைநான் பார்ப்பதே
அன்றாடத் தரிசனமாய்,
உன்பார்வை படுவதையே
தெய்வச் சங்கல்பமாய்,
உன்வீடே கோயிலாய்
சுற்றிச் சுற்றிவர
உன்தந்தை கவனித்தார்!
நம்சந்திப்பைத் தெரிந்து
வீட்டுச் சிறையிலிட்டு
யாருக்கோ மணம்முடித்தார்!
வகையற்று
உலகாய வாழ்க்கை வெறுத்து
கனவில் உன்னோடு கலந்து
வாழ்கின்றேன்!

பல்சுவை சமுதாயம்

சிவப்பேறட்டும்

சிவப்பேறும் பாட்டாளி உழைத்த கைகளில்!
சிவப்பேறும் பட்டஅடி மாணவன் கைகளில்!
சிவப்பேறும் சூரியன் எழுந்தால்! விழுந்தால்!
சிவப்பேறும் காய்சிலப் பழுத்து வந்தால்!
சிவப்பேறும் வண்ணம் கவர்ச்சி கொடுக்கும்!
சிவப்பேறும் போர்க்களம் பெரும்போர் வந்தால்!
சிவப்பேறும் காதலன் கைப்பட்ட கன்னம்!
சிவப்பேறும் எ..குவை பழுக்கக் காய்ச்சினால்!
சிவப்பேறும் சிக்னலில் வாகனம் நிற்கும்!
சிவப்பேறும் இன்னும் சிற்சில வகையிலும்!
உழைக்கின்ற பாட்டாளி உயிரை உறிஞ்சித்
தழைக்கின்ற தந்திரச் சுரண்டல் கூட்டம்,
ஏமாற்றுக் காரர்கள், எத்தர், ஏய்ப்பர்,
தாமாகத் தேர்தல் காலத்தில் கொடுக்கும்
சந்தர்ப்ப வாதிகள் சாயம் அறிந்து
எந்தநாள் அடையாளம் காண்பீர் அன்றே
அஞ்சியஞ்சிச் சோர்ந்துபோன உங்கள்
நெஞ்சில் உருக்கென நிறைசிவப் பேறும்!

கவிதையோ கவிதை

பணம்காசு கேட்கவில்லை!
புத்தகமும் தரவேண்டாம்!
ஒருகவிதைப் பிரசுரித்து
ஊக்கத்தைத் தாருமென்றேன்!
பார்க்கலாம், தாருமென்றார்
பத்திரிகை ஆசிரியர்!
மயிலையும், மலையையும்,
விழிகளின் அழகையும்,
நாட்டின் நலனையும்,
இலக்கணத்தில் நுழைத்து
யாப்பாக்கிக் கொடுத்தேன்!
போடுவார்கள் என்றேநான்
பொறுத்திருந்துப் பார்த்திருந்தேன்!
அந்தோ...! என்சொல்வேன்!
போக்கிரித் தனங்களையும்,
பொல்லாங்குக் கதைகளையும்,
துக்கடாச் செய்தியையும்,
தூக்கிக் கூறுமந்த

வாரப் பத்திரிகையில்
வரவில்லை என்கவிதை!

காணாமற் போய்விட்ட
கருப்புநடிகை பாவாடை
வெள்ளைநாடா ஒருநூல்
எங்கேப் போனதென்று
அங்கெல்லாம் பேட்டிகேட்டு
போட்டோவுடன் போடுகின்றார்!
பட்டினியை, சுரண்டலை,
வெட்ட வெளிச்சமிட்டும்,
வாழ்க்கைப் பிரச்சினையை
வகைவகையாய்ப் பிரித்தும்,
தென்றலின் குளிர்சுகத்தை
தித்திக்கும் வகையிலும்,
எழுதிநான் கொடுத்ததை
போடவே மறுத்துவிட்டார்!
இலக்கியம் என்றுவந்தால்
எடுக்கவே பயங்கொள்ளும்
'இலக்கியப் பத்திரிகை'
ஆசிரியர் பாவமாய்ச்
சொன்னார்:
"காசு கொடுத்து வாங்கும்
ஜனங்கள் 'டேஸ்டே' வேற விதம்சார்!"

தீண்டாமை

தீண்டாமையை நாட்டில்
ஒழிக்கப் போகிறார்களாம்!
வேண்டவே வேண்டாம்!
வளர்க்கவேண்டும் இப்போது!
கஞ்சா, ஹெராயின், பிரௌன்சுகர்,
போதை மருந்துகள்,
விஸ்கி, ரம், பிராந்தி, ஜின்
வகைவகையாய் மதுபானம்
உபயோகம் செய்பவர்களை
நெருங்கினால் அப்பழக்கம்
தொடாமலே ஒட்டுமாம்!
எனவே
வறுமை மிகும் இந்நாட்டில்
தீண்டாமை என்பதை இவ்விதம்
வளர்ப்போம்!

ஏழாவது அறிவு

பெட்டைக் கோழிஒன்று

எட்டுஒன்பது எண்ணிக்கை

முட்டைக் குஞ்சுகளுடன்

'பொக்' 'பொக்' என்று கத்தி

வெட்டவெளி குப்பைமேட்டை

கால்களால் கிளறி கிளறி

குஞ்சுகளைச் சேர்த்தணைத்து

இரையெடுத்துக் கொடுத்திருந்தது!

கருப்புநிறப் பெட்டை மிக

கனமாக இருந்தது! அதை

மஞ்சள்நிறக் குஞ்சுகளோச்

சுற்றிச் சுற்றிவந்தன!
பெரியகருப்பன் ஊரில்
மாவளி சுற்றியமாதிரி...!
பக்கமாகப் பறந்துவந்த
காக்கைக்குக் கண்டவுடன்
முட்டைக் குஞ்செல்லாம்
மூக்கில் வேர்த்தது...!

பட்டென்று காக்கை
வட்டமொன்றுப் போட்டங்கு
வேவுபார்த்துப் பறந்தது!
கருப்புப் பெட்டைக்கோழி
கவனம் எல்லாமும்
குப்பைக்கிளறி எடுத்தப்
பூச்சிமீது இருக்கையில்
சரேலென எய்துவிட்ட
அம்பொன்றுப் பாய்வதுபோல்
குறிவைத்துக் காக்கை
குஞ்சொன்றைத் தூக்கியே
நெடுவானில் எழுந்திடவும்
சடாரெனப் பெட்டைக்கோழி
இறக்கையை விரித்தவுடன்
ஒரேப்பாய்ச்சலில் எழுந்துவானில்
காக்கையை மோதியது!

அடடாஎன் சொல்வேன்நான்!
பெட்டைஇனக் கோழியா
இவ்வேகம் சீறியது?
பெட்டைக் கோழிக்கு
வீரமில்லை என்றார்களே
ஓ...இது...வீரமல்ல, தாய்மை!
நீக்ரோக்கள் இருவர்
குத்துச்சண்டை போட்டதாய்
காக்கைமேல் கரும்பெட்டை
தாக்கியதும் இவைநடுவேச்
சிக்கிய மஞ்சள்குஞ்சு
அடிவாங்கிக் கிழிந்துவிட்ட
கையுறைபோல் இறந்தது!

கோழியும், குஞ்சுகளும்
செத்தகுஞ்சைச் சுற்றிவந்து
ஆறறிவு மனிதனேபோல்
கொஞ்சநேரம் அழுதுவிட்டு
குப்பைமேடுப் போயின!
பெட்டையிடம் அடிபட்ட
காக்கை பறந்துகொண்டே
கீழாகப் பார்த்தது.
புழுவைத் தூக்கியபடி
இறக்கைகளைத் தூக்கியே
குஞ்செல்லாம் ஓடின!
செத்துவிட்ட இக்குஞ்சை

காக்கைத்தூக்கிப் பறந்தது!
காக்கையின் கூண்டினில்
கருப்புக் குஞ்சிரண்டு
கூ கூ வென வாய்திறந்து
இறக்கையைத் தூக்கியே
தாயை வரவேற்றன!
சாகடித்துத் தூக்கிவந்த
கோழிக்குஞ்சைக் காக்கை
தன்குஞ்சு இரண்டிற்கும்
கிழித்தெடுத்துக் கொடுத்தது!
ஒருதாயின் குஞ்சை
இன்னொருதாய் கொன்று
தன்குஞ்சு களுக்காக
இரையாகக் கொடுக்கிறது...!
ஐந்தறிவுப் பறவையின்
அற்பமிகுச் செயலிது...!

அதோ அந்தப் பக்கத்துக்
கிளையொன்றில் அமர்ந்திருக்கும்
குயில்ஒன்று மட்டும்
குதூகலிக்கக் காரணம்
தீனிதின்னும் குஞ்சதுவேத்
தன்குஞ்சுகள் இரண்டுமென்று
தான் மட்டும் அறிந்ததுதான்!
காக்கை முட்டையிட

குயிலங்குப் பார்த்திருந்து
காக்கைபறந்து போனதும்
அதன்முட்டை கீழ்தள்ளி
தன்முட்டைகளை ஆங்கே
இட்டுவைத்து இருந்தது!
அடைகாத்துப் பொரித்ததும்
குடையாகக் காப்பதும்
இதோஇந்தக் காக்கைதான்!
காக்கைக்குக் கிடைத்த
கடவுளின் தண்டனை இது!
ஆறறிவு பெற்ற மனிதா!
நீயும் இதைத்தானே
செய்துகொண்டு இருக்கிறாய்?
உன்செயலால் மட்டும்தான்
உலகம் சுற்றுவதாய்
சூரியனும் சந்திரனும்
உன்னையேச் சுற்றுவதாய்
ஏதேதோ நினைப்புகள்!
இன்னொருவன் துடிதுடிக்க
அவன்வயிற் றிலடித்து
உன்வயிறை நிரப்பாதே!
ஏழாவது அறிவிதுதான்!
மறந்தால்?
உண்மை அறியா நீயும்
தன்முட்டை இழந்த காக்கை ஆவாய்!

விஞ்ஞானமும் கலையும்

விஞ்ஞானமும் கலையும்
தலைகீழ் விகிதங்கள்!
நியூட்டன் சொல்லுகிறான்-
அசைவு என்பது
ஏதோஒரு புறவிசையால்
ஏற்படும்நகருதல் என்று!
கஜீராஹோ கோயில்களில்
எப்போதோ யாரோ
கல்லில் வடித்துள்ள
சிற்பங்களைக் கண்டு
கவிஞன் பாடுகிறான்
நடனமேஆ டுகிறதென்று!
இதுவென்ன உண்மையா?
நடனம் என்பதெல்லாம்
அசைவினால் மட்டுமேவரும்!
நகராத கல்லில்
அசைகின்ற நடனமா?
கேட்டால் சொல்லுகின்றான்:
கண்களின் பார்வையில்

கற்கள் நகரவில்லை!
இதயத்தின் கருத்தில்தான்
நடனமே ஆடுகிறது!
ஆதனால்,
அன்பும், அறிவுமாய் விளங்கும்
கலையும் விஞ்ஞானமும் தலைகீழ்
விகிதமே!

கன்றுக்குட்டி

துள்ளித்துள்ளி வால்தூக்கி ஓடும்! — நின்றுத்
துடுக்காகத் தலையாட்டித் தேடும்! — வெடுக்கென
கொள்ளை யிட்டபுல்லைக்
கடித்துக் குதப்பிப்
பழகும்! — சள்ளு
ஒழுகும்!

ஆட்டி ஆட்டி தலைதூக்கித் தாழும்! — நாலுகாலில்
அங்குமிங்கும் பாய்ந்துசென்று விழும்! — எழுந்து
பட்டெனச் சுற்றிமுற்றிப்

பார்க்க, நம்நெஞ்சம்
உள்ளாடும்! — கன்றெழுந்துத்
தள்ளாடும்!

சின்னச்சின்ன விழிகள் குறுகுறுக்கும்! — வண்ணச்
சிங்கார வாலசைவு விறுவிறுக்கும்! — காதிரண்டை
ஒன்றாக்கிப் பின் விரிக்கும்!
ஒளிமின்னும் கரும்பவளம்
மூக்கு! — செம்பவளம்
நாக்கு!
வருங்கால வாரிசான கன்று, — துள்ளி
விளையாடித் தாயருகே சென்று, — தாய்
பரிவோடு நக்கிவிடப்
பாலுண்ண மடியைத்
தேடும்! — சடக்கென
ஓடும்!

என்னைப் பார்த்துவிட்ட நேரத்தில், — வீட்டு
ஏழுகன்றுக் குட்டிகளும் வேகத்தில், — தாவி
மின்னலாய் முந்திவந்து
முத்தமொன்றுப் பெற்றபின்பும்
நிற்கும்! — வாயுடன் வாய்ச்
சேர்க்கும்!

சாரல் வீசுது

சலசலசல...சலசலசல...
வானதேவன் மேகமுறத்தில்
நெல்தூற்ற விழுவதுபோல்
மழைகொட்டுது! அதில்காற்றில்
பறக்கும் பதர்களாகச்
சாரல் வீசுது!

கலகலகல...கலகலகல...
பெருங்காற்றில் இலுப்பைத்
தோப்புப்பூ கொட்டினபோல்
மழைகொட்டுது! அதில்தேன்
உறிஞ்சும் ஊர்ச்சிறுவர்
சாரல் வீசுது!

படபடபட...படபடபட...
ஆசுகவி வாய்திறக்க
புதுக்கவிதை வருவதுபோல்
மழைகொட்டுது! அதில்எதுகை
மோனை யாப்புகளாய்ச்
சாரல் வீசுது!

தடதடதட...தடதடதட...
தேர்தலில் அரசியல்வாதி
மேடைப் பேச்சுபோல
மழைகொட்டுது! அதில்அள்ளி
விடும்அவசர வாக்குறுதிச்
சாரல் வீசுது!

சடசடசட...சடசடசட...
சரவெடிகள் சரமாரி
வெடித்துச் சிதறல்போல்
மழைகொட்டுது! அதில்ஈரப்
பட்டாசு புஸ்புஸ்ஸெனச்
சாரல் வீசுது!

ஓஓஓ...ஓஓஓ...
தேசத்தலைவன் இறந்திட
பெண்கள் கதறல்போல்
மழைகொட்டுது! அதில் அடுத்தத்
தலைவர் பதவிப்போட்டிச்
சாரல் வீசுது!
எங்கும்
முக்கியமாய் ஒன்று நடந்தால்
பக்க விளைவாய் பற்பல வரும்காண்!

மணமகளாக

பெண்ணே, உடன்பிறப்பே பெற்றோர் இன்று
கண்ணான மாப்பிள்ளை காணத் தேடுகிறார்!
எப்போ தாவது எப்படி யாவது
இப்படி நினைத்து இருந்த துண்டா?
வேலிபோல் வந்து வாழ்க்கை அமைக்கும்
தாலிகட்டிக் கொள்ளும் தகுதி குறித்து?
முப்பது சவரன், முத்து, பவழம்
இப்படி யெல்லாம் எண்ணி வைப்பது
நல்லமாப் பிள்ளை நயமாய் இழுக்க
கொள்ளை விடுகின்ற கொச்சை லஞ்சம்!
பட்டப் படிப்பு பாடுபட் டபரிசு...
கட்டான சம்பளம் கடமை வரவு...
கற்பும், அழகும், குணமும், நலனும்,
உற்ற பெண்மையும் உன்சீ தனங்கள்!
தாலிகட்ட ஈது தகுதி ஆகா!
வேலிமட்டும் போட்டால் வளருமோ பயிர்தான்?
உன்கண வன்வருமா னம், உன் சம்பளம்
இந்த இரண்டிற்குள் இந்நாள் உன்னால்

குடும்பம் நடத்தக் கூடும் என்றால்
சுடும்குளிர் சுகம்தரும் திருமணம் காண
தாலிகட்டிக் கொள்ளம்மா, இன்றேல்
தாலியுனக் கேவேண்டாம் தாயே தயவுசெய்!

நாட்டிற்கு

அன்றாடம் பணிக்கு
ஓடுகின்ற மனிதா!
உனக்கு ஓய்வில்லை!
நாட்டு நலனுக்கு
நீஒன்றும் செய்யவேண்டாம்!
வீட்டை உயர்த்தநீ
திட்டங்கள் போட்டு
சீராக உழைத்தாலே
பாரில்நாடு முன்நிற்கும்!
நீர்உயர வரப்புயரும்!
வீடுஉயர நாடுஉயரும்!
எல்லார்க்கும் படைப்பில்
இரண்டுகை என்றாலும்
முன்னேறியவர் சிலபேர்!
முடவர்போல் பலபேர்!
உண்மை உழைப்பும்,
உறுதி நம்பிக்கையும்
என்றேனும் ஓர்நாள்

எப்படியும் உயர்த்தும்!
நாட்டிற்கு என்றுநீ
பணம்காசு தரவேண்டாம்!

தியாகிகள் போலநீ
குடும்பத்தை மறந்து,
பொதுவாழ்வில் உழைத்து
உருக்குலைய வேண்டாம்!

உயர்ந்தோர், தாழ்ந்தோர்
நமக்குள் பாராமல்,
சாதிகள், மதங்கள்,
பிரிவினை வளர்க்காமல்,
ஒற்றுமையும், ஒழுங்கையும்,
அன்பையும், பண்பையும்
நாட்டினில் வளர்த்தால்
அதுவேநம் நாட்டுப்பணி!

வன்முறை எதிர்ப்போம்!
ஜனநாயகம் காப்போம்!

பற்றினை, ஊக்கத்தைப்
பற்றிநாம் வாழ்ந்து
பள்ளத்தையும் உயர்த்தி
மலையாய் மாற்றுவோம்!

உன்ஆயிரம் தலைமுறை
பிறந்தகடன் ஈடுசெய்ய
உன்னை
முன்னே நிறுத்தி வைத்து
அன்னை நாட்டின் அரும்நலன் காப்பாய்!

மனித நேயம்...

மனிதனை மனிதனாய்
மதிப்பதற்குக் கற்றுக்கொள்!
மனிதனுக்காக வாழும்
மனிதனே மனிதன்!
அவன்பாதம் தொழுவோம்!

உயிர்போன பிறகு
எவர்வந்து உன்னைத்
தூக்கப் போகிறார்?
வாழுகின்ற காலத்திலும்
உனக்காகச் சேவைசெய்ய
மனிதன்தான் வருகிறான்!

மனிதனே இல்லாத
உலகத்தில் உன்னால்
சிலகாலமேனும் தனியாய்
வாழத்தான் முடியுமா?
தனிமனிதா! உன்னால்

வானத்தில் பறந்து
நிலவில் கால்வைக்க
நினைக்கவும் முடியுமா?

உன்னை ஈன்றவளும்
ஒருமனிதப் பிறவிதான்!
அவள்மூதா தையர்களும்
அதேமனிதப் பிறவிதான்!
குழந்தையாய் இருந்தபோது
தாய்தானே உனை வளர்த்தாள்?
ஓடிப்பிடித்து ஆடவும்,
கொஞ்சிக்கொஞ்சி பேசவும்
மனிதக் குழந்தைகள்தான்...

பாசங்களைக் கொட்டி,
நேசத்தில் வளர்க்கும்
உடன்பிறப்பு யாவரும்
மனிதர்கள் தாமே?

அணுஉலை களிலிருந்து
அபாரசக்தி வருமாம்
மனித நெஞ்சிலிருந்தும்
பாசமெனும் சக்திவரும்!
சூரியரும் சந்திரரும்
அதன்முன் தோற்றுநிற்பர்!

பாடம் சொல்லிக்கொடுத்ததும்
ஓடப் பயிற்சிகொடுத்ததும்
மனிதர்தாம்! மனிதர்தாம்!
இன்றைய வண்ணவுலகை
படைத்தவர் மனிதர்களே!

அதற்காக வேனும்நீ
மனிதர்களை நேசிப்பாய்!
உன்னோடு அலுவலகத்தில்
உனக்காக உழைப்பவரும்
மனிதப் பிறவிகள்தாம்!

நாளெல்லாம் நீஉழைப்பதும்
மனிதர்களின் நலனுக்கே!

ஒருவருக்காகப் பலரும்,
பலருக்காக ஒருவரும்
வாழுகின்ற பிறவிகளே
மனிதர்கள்! மனிதர்கள்!
மனதை விசாலமாக்கி
நேசத்தை நெஞ்சிலிட்டு
வாழ்வதற்குக் கற்றுக்கொள்!

விபத்தில்நீ விழுந்தாலும்,
நோயில்நீ தவித்தாலும்,
வயதான காலத்தில்

தள்ளாத நேரத்திலும்
உனக்கு உதவுபவர்
மனிதர்தாம்! மனிதர்தாம்!

மனிதன் வாழுகின்ற
வாழ்க்கையின் மேன்மை
சேர்க்கின்ற பணத்திலில்லை!
பதவியிலோ, பவிசிலோ,
குளிர்ச்சாதன சொகுசிலோ
இல்லவே இல்லையம்மா!
தூய்மையாக வாழ்வதும்,
ஆரோக்கியம் காப்பதும்
நலம்காக்கும் வாழ்க்கையே!
நேயமான வாழ்வன்று!
சிலர்புகைப் பிடிப்பதும்,
சிலர்பிராந்திக் குடிப்பதும்,
சிலர்விலைமகள் தேடுவதும்
வாழ்வின் பெருமையென்று
நினைப்பதெல்லாம் தவறு!
கவிஞன், நடிகன்என்பது
சுயநலப் பொதுவாழ்வே!
நேயமான வாழ்வன்று!
மனிதனுக்கு மனிதன்
மரியாதை கொடுத்து

மனிதனுக்காக மனிதன்
வாழுகின்ற வாழ்வினும்
மேன்மை ஏதும்நம்
வாழ்க்கையில் இல்லையே!

காட்டுமிருகமும் இனமுடன்
நேயமாக வாழ்கையில்
நாட்டுமனிதன் இனமுடன்
நேயமின்றி வாழ்வதேன்?
மனிதனுக்கு
இறைவன் சிறப்பாய்க் கொடுத்த
ஆறாம் அறிவு மனித நேயத்திற்கே!

சிற்றெரும்பிடம் கற்றுக்கொள்!

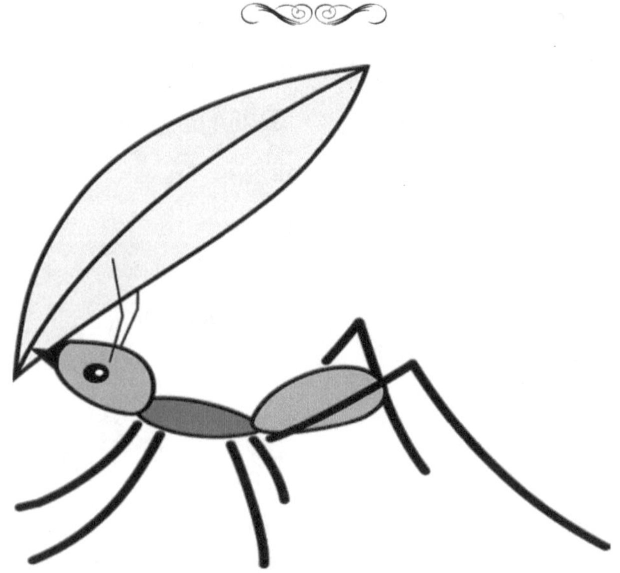

சிற்றெரும்புப் புற்றருகேச் சென்றுநான் நின்றேன்!
சாரையாய் ஊர்திகள்போல் சரியாய் அவைகள்
புற்றிலிருந்து அம்பெனவேப் புறப்பட்டு வரும்,
பொங்கிவரும் நுரைகளிலே புள்ளிகள் போல!
ஒற்றுமையாய்ப் பாதையில் ஒழுங்காய் அவைகள்
ஒன்றுமுந்தித் தள்ளிவிட்டு ஒன்று தாண்டி
பற்றியுண்பேன் நானென்று பாவம் செய்து
பிரிந்தெதுவும் செல்லாதப் பெருமை கண்டேன்!

எவரேனும் உழைக்கட்டும் எனக்கேன் என்று
ஒன்றேனும் ஒதுங்காமல் எல்லாம் உழைக்கும்!
தவறாமல் முன்கூட்டித் தேடி சென்று
தானியங்கள் அறுவடைநாள் தூக்கி வந்து
சுவருக்குள் பொந்திற்குள் சேர்த்து வைத்து
சுகமாக மற்றநாட்கள் உண்டு களிக்கும்!
எவராலும் தனியாக இயலாப் பொருளை
எல்லாரும் ஒன்றாக இழுத்து வருவர்!

அடிமைகள்...

அங்கே ஒரு பைத்தியம்
உளறிக் கொண்டிருக்கிறது!
சிறுவர்கள் கூட்டம்
“அடிங்கடா பைத்தியத்தை...”
என்றுகல்லால் அடிக்கிறது!
சிறுவர்களே நிறுத்துங்கள்!
எதற்காக அடிக்கிறீர்கள்?
நம்மைப் போன்றமனிதர்
நினைவுதப்ப இந்தக்கதியா?
இந்தப் பைத்தியத்தை
அடிக்கின்ற நீங்கள்
மற்றப் பைத்தியங்களை
மறந்து விட்டதேன்?
புகைப்பைத்தியம், மதுப்பைத்தியம்,
போதைமருந்துப் பைத்தியம்
இவர்களை எல்லாம்
கல்லால் அடியுங்கள்!

நன்மைபல செய்யுங்கள்!

வாழ்வில்

அடிமை எதற்கும் ஆகாத

கடுமை யான குணமே வேண்டும்!

சோகத்தைப் பாடுகிறேன்

வாழ்க்கையின் துன்பங்களை
துன்பமாக நினைக்காமல்,
துன்பத்தைத் தாங்கி
இரசிக்கவும், சுகிக்கவும்
கற்றுக் கொண்டுவிட்டால்
துன்பம்கூட இன்பம்தான்!

தித்திக்கும் சர்க்கரையைக்
கரும்பிலும் எடுக்கலாம்!
கிழங்கிலும் எடுக்கலாம்!
வேப்பங் காயிலிருந்து
சர்க்கரை எடுக்கும்
வித்தை அறிந்தவன்நான்!

கசப்பை இனிப்பாய்
சுவைக்கும் போது
வேப்பங் காயில்
சர்க்கரை வராதா?
பட்டுபோல் மிருதுவான
கருத்த மேகங்கள்

குளிர்ந்த தூரலைத்
தெளிக்கும் போது
நுழைந்து வருகின்ற
அனல்காற்று எல்லாம்
குளிர்ச்சியேக் கொடுக்கும்!

எண்ணங்கள் எல்லாம்
மழைத்துளி யானால்
வாழ்க்கை சிலிர்க்கும்!

மாலைநேரம் நிழலை
வலையாய் விரிக்க
உலகம் இருட்டினில்
உருண்டு போகின்றது!

இலைகள் எல்லாம்
நரம்புகள் சோர்ந்து
சோம்பல் முறிக்கும்!

இரவின் தனிமையில்
எங்கும் அமைதி
கொடூரமாய்க் கதறும்!
என்நெஞ்சோ உறங்கவில்லை!

கொந்தளிக்கும் பிரச்சனைகள்!
தத்தளிக்கும் எண்ணங்கள்!
நெஞ்சில் பின்னுகின்ற

சோகச் சுவடுகளில்
சுகம்ஒன்றைப் பார்க்கின்றேன்!

துயர இரணங்களுக்கு
கதறி அழுதுநான்
மருந்து போடுகிறேன்!
அதில்கூட எனக்குச்
சுகமேதான் தெரிகிறது!
வானம்ஒரு இன்பம்!
பூமி ஒரு சோகம்!
இவைகளுக்கு இடையேதான்
நம்வாழ்க்கை நடக்கிறது!
நாம்அடைய நினைப்பதொன்று!
நாம்அடைய இருப்பதொன்று!
இவைகளுக்கு இடையேதான்
நம்வாழ்க்கை நடக்கிறது!

இன்பமான வானம்
அழுகின்ற போதுதான்
மழைநமக்குக் கிடைக்கிறது!

இதோஇந்தப் பெண்ணின்
மொத்த அமைதியான
மலர்ந்தும் மலராத
முகத்தில் ஒருசோகம்

சுவடாய்த் தெரிகிறது!
அதிலும் சுகம் ஒரு
சுவையாய் இருக்கிறது!

நாம் என்ன செய்வது?
ஏழைவீட்டு எருமையைக்
காணாமல் செய்துவிட்டு
கால்கடுக்க அலையவிட்டு
கடைசி நேரத்தில்
காட்டிவிடும் போதுமட்டும்
இறைவன் அவனுக்கு
இன்பத்தைக் கொடுக்கின்றான்!

வயிற்றுப்பசி ஆறவும்,
பருவப்பசி தீரவும்,
காட்டு விலங்கினங்கள்
போட்டி யிடும்போது,
இந்தப் பசிகளோடும்,
ஏமாற்றவும் தெரிந்த
எத்துப் பிராணிவாழ்
நாட்டு வாழ்க்கைக்கு
நானென்ன சொல்ல?

மாற்றான் மகிழ்ச்சியைப்
பொறுக்காத உள்ளங்கள்

பிறப்பை எழுதியது
இறைவனின் பாவம்!

பிரச்சனைகள் எல்லாம்நம்
அறிவை வளர்க்கட்டும்!
துன்பங்கள் உயிரைத்
தூய்மையாக் கட்டும்!
சோதனைகள் நெஞ்சை
வைரமாய் மாற்றட்டும்!
நம்பிக்கை!
தவிக்கின்ற வாழ்க்கைக் கப்பல்
கவிழாது தாங்கும் நங்கூரம் நீதான்!

வெளிச்சப் புள்ளிகள்

அளவில் மிகப்பெரிய
வின்மீன்கள் கூட்டம்
இருண்ட வானத்தில்
வெளிச்சப் புள்ளிகள்!
கதிரவனும் ஒருபுள்ளி!
அவன்ஒளிதான் நம்வாழ்வு!
இருண்ட வாழ்க்கையில்
வெளிச்சப் புள்ளிகளை
நாம்தான் ஏற்றவேண்டும்!
அன்றாட வாழ்க்கையில்
அத்தனையும் பிரச்சினைகள்!

பணம்காசு இல்லாமல்
வறுமையின் பிடியில்
உயிர்வாழ விரும்பாமல்
நாள்கடத்தும் எத்தனைபேர்!
வயிறார உணவில்லை!
உடல்மூடத் துணியில்லை!
இருக்கவொரு இடமில்லை!
இத்தனைக்கும் நடுவேச்
சமுதாயச் சந்தையிலே
சாதிகள், மதங்கள்,
சடங்குகள், தட்சணைகள்
எத்தனையோச் சாக்கடைகள்!

வஞ்சகங்கள், ஏமாற்றல்,
கொலைகள், கற்பழிப்பு,
மிருகத்தன வாழ்க்கைகள்!
இத்தனையும் நீந்தும்
குடும்ப வாழ்க்கையில்
எத்தனைத் துயரங்கள்!

எல்லாமும் இருந்தாலும்
மூர்க்கக் குணமோடு
பொறாமை, கல்லாமை
இவற்றால் நாள்கடத்தும்
இருந்தும் இல்லாதோர்
இந்நாட்டில் எத்தனைபேர்?

எத்தனைச் சிக்கல்கள்,
துன்பங்கள் இருந்தாலும்
பொறுமையும், அன்பையும்,
விட்டுக் கொடுக்கின்ற
பெரிய மனதையும்
நாளும்நாம் வளர்ப்போம்!

மகிழ்ச்சியேக் காணாத
வாழ்க்கையே இருந்தாலும்,
குமுறும் எண்ணங்கள்
கொந்தளித்து வந்தாலும்,
சோகம் சூழ்ந்தாலும்
நெஞ்சம் தளராது
நிமிர்ந்துப் பாருங்கள்!
கலங்கரை விளக்கமாய்,
பாலைவன நீர்ஊற்றாய்
வெளிச்சப் புள்ளிகளை
வாழ்க்கையில் ஏற்றுங்கள்!
வாழ்க்கையில்
வெளிச்சப் புள்ளிகள் என்பன
பளிச்சிடும் அறிவுடன் நம்பிக்கை
என்பதே!

மஞ்சள் வீதிகள்...

காட்டு மனிதன்
காலமெல்லாம் திருந்தி
வீட்டு வாழ்க்கையை
வகுத்துக் கொண்டான்!

கூட்டு வாழ்க்கைக்கு
வீதிகள் அமைத்தான்!
நாட்டு வாழ்க்கைக்கு
விதிகள் செய்தான்!

போரும், காதலுமாய்
வாழ்க்கை இருந்தது!

இருண்ட காலமாம்
இடைக்காலம் போது
சாதிகள் வந்தன!
மதங்கள் தோன்றின!

பரந்த வயல்வெளியில்
வரப்புகள் பிரிந்தன!

மேடுகள், பள்ளங்கள்
தடுப்புகள் அமைந்தன!

இருண்ட காலம் ஏன்
இன்னும் விடியவில்லை?

சாதிகள் ஒழித்து,
மதங்கள் பாராத,
மேடுபள்ளம் இல்லாத
சமுதாய வீதிகளை
தற்போது அமைப்போம்!

மனமேதான் வாழ்வெனும்
மஞ்சள் வீதிசெய்வோம்!
மஞ்சள் மங்களகரம்!
மஞ்சள் பரிகாரம்!
மஞ்சள் கிருமிநாசினி!

மஞ்சள் தெளித்து
தீண்டாமை போக்குவோம்!
வஞ்சகமாய்ச் சேர்த்த
கறுப்புப்பண வீக்கத்தை
சமுதாய விழிப்பெனும்
மஞ்சளால் கரைத்து
சமம்செய்து வாழ்வோம்!

சாலை மஞ்சள்கோடு
விதிப்படி வரைந்தது!
தறிகெட்டு மீறினால்
விதியையும் முடிக்கும்!
வாழ்க்கைப் பயணமும்
சமுதாய வீதியில்தான்!
தவறான பாதை
அவலத்தில் முடியும்!

வாழ்க்கை முடிச்சும்
மஞ்சள் கயிற்றில்தான்!
மஞ்சள் வீதிகளில்
எல்லாரும் மனிதர்களே!
சாதியில்லை! மதமில்லை!
ஏழை, பணக்காரனில்லை!
பசியில்லை! வறுமையில்லை!
வஞ்சகம், திருட்டுஇல்லை!
சமுதாய சிந்தனையே
தனிமனிதன் உடைமையாம்!
மஞ்சள்
ஒளிநிறம் மட்டும் அல்ல,
வழிவிடும் சமிக்ஞை விளக்கும் கூட!

www.ingramcontent.com/pod-product-compliance
Lightning Source LLC
LaVergne TN
LVHW042343150826
845671LV00001B/5

* 9 7 9 8 8 9 5 1 9 0 6 1 6 *